வியக்க வைக்கும் முன்னோர் விமானங்கள்

வேணுசீனிவாசன்

தமிழக அரசின் சிறந்த நூலாசிரியர் விருது பெற்றவர்

சங்கர் பதிப்பகம்

15 / 21, டீச்சர்ஸ் கில்டு காலனி, 2-வது தெரு,
இராஜாஜி நகர் விரிவு,
வில்லிவாக்கம், சென்னை - 600 049.
தொலைபேசி: 044-26502086, 9444191256
email: shankar_pathippagam@yahoo.com
wef: www shankarpathippagam.in & www bookthagam.com

வியக்க வைக்கும் முன்னோர் விமானங்கள்

ஆசிரியர்
வேணுசீனிவாசன்

முதற்பதிப்பு
2020
பக்கங்கள்: 160
விலை: ரூ.

வெளியீடு:
சங்கர் பதிப்பகம்
15/21,
டீச்சர்ஸ் கில்டு காலனி,
2-வது தெரு, இராஜாஜி நகர் விரிவு,
வில்லிவாக்கம்,
சென்னை – 600 049.
தொலைபேசி:
044 – 2650 2086

பைண்டிங்:
சாதாரண அட்டை

அச்சாக்கம் மேலட்டை:
பழனி, வில்லிவாக்கம்

அச்சிட்டோர்:
எம்.கே.கிராபிக்ஸ்,
சென்னை – 600 021.
தொலைபேசி : 98408 28213

பொருளடக்கம்

பொருளடக்கம்

1

இன்றைய அறிவியலில் நாம் நிலவில் இறங்குவதற்கும், சூரியனை ஆராயவும் செயற்கைக்கோள்களை அனுப்பும் அளவுக்கும் முன்னேறி இருக்கிறோம் என்றாலும் நமது முன்னோர்கள் இத்தகு விஞ்ஞான அறிவில் நமக்குக் கொஞ்சமும் சளைத்தவர்கள் அல்லர். நமக்கு கடவுள் நம்பிக்கை தற்காலத்தில் ஓரளவிற்கே இருக்கிறது, ஆனால் நமது மூதாதையர்களுக்கு அது அபாரமாக அசைக்க முடியாத அளவிற்கு இருந்தது. பல்லாயிரக்கணக்கான ஆண்டுகளுக்கு முன்னால் வாழ்ந்தவர்கள், தங்களால் புரிந்து கொள்ள முடியாத இயற்கை சக்திகளை, தங்கள் கட்டுப்பாட்டை மீறி நடப்பவைகளை கடவுளாக எண்ணி வணங்கினர். உலகம் முழுவதிலும் இருக்கின்ற ஒரு நம்பிக்கை என்னவென்றால் மனித இனம் கடவுளால் படைக்கப்பட்டுள்ளது என்பதே. அது கடவுள் தந்த வரமாகவே கருதப்படுகிறது.

எகிப்து, மெசபடோமியா, இஸ்ரேல், கிரீஸ், ஸ்காண்டிநேவியா, பிரிட்டன், இந்தியா, சைனா, ஆப்பிரிக்கா மற்றும் அமெரிக்கா ஆகிய

கடவுள் அளித்த கொடை

அனைத்துப் பகுதிகளில் வாழும் மக்களிடையே ஒரு நம்பிக்கை பரவலாகக் காணப்படுகிறது. அது என்ன வென்றால், விவசாயம், மருத்துவம், கலைகள், கல்வி ஆகிய வாழ்க்கைக்குத் தேவையான அனைத்துக் கருவிகளும் கடவுளால் அளிக்கப்பட்டன என்பதே. பல கடவுளர்களை வழிபடும் பழக்கம் மாறி ஒரு கடவுளை வழிபடும் மதம் தோன்றியபோது கூட இந்த அடிப்படை மாறவில்லை.

பழங்காலச் சின்னங்கள், நூல்கள் மற்றும் ஓவியங்கள் ஆகியவற்றில் வானத்தில் பறக்கும் வாகனங்கள் குறித்த தகவல்கள் கொட்டிக் கிடக்கின்றன. ஒவ்வொரு பழங்குடியும் இந்த விஷயத்தை ஏதோ ஒரு விதத்தில் அடுத்த தலைமுறைக்குத் தந்து சென்றிருக்கிறார்கள். தற்கால அறிவியலில் சொல்லப்படும் பறக்கும் தட்டுக்களைப் பற்றிய விவரங்கள் பழங்காலப் புராணங்களைப் படிப்பவர்களுக்குத் தேவையான அளவு கிடைப்பதைப் பார்த்து அதிசயிக்க முடியும்.

இன்றும் கூட மனித அறிவுக்கு அப்பாற்பட்ட, மனிதர்களினால் எளிதில் புரிந்து கொள்ள முடியாத அமானுஷ்யமான பறக்கும் பொருட்கள் வானத்தில் சஞ்சரிப்பதை நமது அதி துல்லியமான ரேடார்கள் தெரிவிக்கின்றன. ராணுவப் படைத்தளத்தில் உள்ள இந்த அதியற்புதமான அறிவியல் தொழில் நுட்பக் கருவிகள் அந்தப் பறக்கும் பொருட்களைக் கண்டறிவதோடு, அவைகளைப் பின்தொடரவும் செய்துள்ளன. இவற்றைக் குறித்து பல்வேறு காலக்கட்டங்களில் பல்வேறு எழுத்தாளர்கள், அறிவியல் அறிஞர்கள், பொதுமக்கள் ஆகியோர் பார்த்தும், கேட்டும் எழுதியும் கருத்து தெரிவித்துள்ளனர்.

பறந்து வந்த கடவுள்

பழங்காலத்தில் சொல்லப்பட்ட இந்தப் பறக்கும் பொருட்கள் கற்பனையானவை என்று யாரால் சொல்லமுடியும்? நாம் அவைகளைக் குறித்து தகவல்களை எழுதி வைத்திருப்பதைப் போல அந்தக் கால மக்கள் செய்யவில்லை என்று யாரால் சொல்ல முடியும்? இன்றைய தலைமுறையின் பின்னோக்கிய

நீட்சியான ஆயிரம் ஆண்டுகள் பழமையான சமுதாயம் பறக்கும் தட்டில் வந்த வேற்றுக் கிரகத்தினரால் ஊடுருவப்பட்டதை பொய் என்று தள்ளிவிட முடியுமா ? நிச்சயமாக முடியாது. ஏன் என்றால் இந்தக் காலத்தில் பல இடங்களில் பறக்கும் பளபளப்பான பொருள் வானத்தில் சஞ்சரிப்பதைப் பார்த்து வியந்தவர்கள் பலர் இருக்கிறார்கள்.

எஸ்கிமோக்களின் பழங்காலப் புராணக்கதை ஒன்று இதைப் பற்றி தெரிவிப்பதை இங்கே தருகிறேன். முதல் பழங்குடி மக்களை கடவுள் தான் அழைத்து வந்து வடக்குப் பிரதேசத்தில் குடியேற்றினார். அந்தக் கடவுளுக்கு பறவைகளைப் போல பளபளப்பான உலோக இறக்கைகள் இருந்தன. மிகவும் பழமையான அமெரிக்க இந்தியர்கள் வானத்தில் இருந்து வந்த இடிப்பறவை ஒன்று அவர்களுக்கு நெருப்பையும், பழங்களையும் கொண்டு வந்து கொடுத்ததாக நம்புகின்றனர். மாயன் நாகரிகத்தினர் கடவுளை மட்டும் அல்லாமல், இந்த உலகம் உருண்டை என்பதையும், திசைமானியின் முட்கள் தெற்கு வடக்காக நிற்பதையும் கூட அறிந்து வைத்திருக்கிறார்கள். இவைகள் எப்படி நடந்தன ? எதற்காக

எஸ்கிமோக்கள் இறக்கை கொண்ட கடவுளைப் பற்றிப் பேச வேண்டும்? அமெரிக்க இந்தியப் பழங்குடிகள் இடிப்பறவை நெருப்பை கொண்டு வந்ததைக் கூறுவதால் என்ன பயன்? மாயன் நாகரிகத்தினர் உலகம் உருண்டை என்பதை வானத்தில் இருந்து பார்க்காமல் அறிந்தது எப்படி ? இந்தக் கேள்விகளுக்கு என்ன பதில் சொல்ல முடியும்?

நட்சத்திரத்தில் இருந்து வருகிறார்கள்

இவை மட்டும் அல்லாமல், இன்கா பழங்குடி மக்களின் புனித நூல்கள் வானத்தில் உள்ள நட்சத்திரங்களில் கடவுளர்கள் வசிக்கிறார்கள். அவ்வப்பொழுது அவர்கள் பூமிக்கு வந்து செல்கிறார்கள் என்று கூறுகிறது. சுமேரிய, பாபிலோனிய. சிரியா மற்றும் எகிப்தின் பழங்கால நூல்களும் நட்சத்திரங்களில் இருந்து வந்த கடவுளர்கள் தங்களுக்குப் பல கலைகளைக் கற்றுக் கொடுத்த பிறகு மீண்டும் நட்சத்திரங்களுக்குச் சென்று விட்டதாகத் தெரிவிக்கின்றன.

பூமியைத் தவிர மற்ற கிரகங்களிலும் உயிர்கள் இருந்தையும், பறக்கும் வாகனங்களைப் பற்றியும் ஏராளமான தகவல்கள் இந்தியாவின் ஒப்பற்ற நூலான பகவத்கீதையிலும், இதிகாசங்களான ராமாயண, மகாபாரதத்திலும் கிடைக்கின்றன. இவ்வாறு உலகின் பல பகுதிகளிலும் உள்ள மக்களிடையே வானத்தில் இருந்து பறக்கும் வாகனங்களில் வந்த மனிதர்களைப் பற்றிய தகவல்கள் கிடைப்பதை நாம் தற்செயலாக எண்ணி ஒதுக்கிவிட முடியுமா ?

✪✪✪

2

பழங்காலத்தில் வாழ்ந்த நமது முன்னோர்கள் ஆன்மீகத்தில் உச்சத்தை எட்டி இருந்தார்கள். பலவகையான தொழில்நுட்பங்களில் அசாத்திய திறமை படைத்திருந்தார்கள்.

ஆயுர்வேதம், தநுர்வேதம், காந்தர்வவேதம் என்பன அவற்றுள் சில. ஆயுர்வேதம் உடல் நலம் காப்பது, நோய்களுக்குத் தகுந்த சிகிச்சை தருவது. தநுர்வேதம் ஆயுதங்களை உபயோகிப்பது. இதில் அஸ்திரம், சஸ்திரம் என்று வகைகள் உண்டு. ஆய கலைகள் அறுபத்து நான்கும் காந்தர்வவேதம் எனப்படும். இவ்வாறு அவர்கள் அறிவின் உச்சத்தில் திளைத்திருந்தனர்.

தானே இயங்கும் வண்டிகள்

யவனர்கள் பொறியியல் நுட்பம் நிறைந்த வண்டிகளைச் செய்து தந்தனர். எருது, குதிரை முதலான விலங்குகள் அந்தக் காலத்தில் வண்டிகளை இழுத்துச் செல்லப்

முன்னோர்களின் தொழில்நுட்ப அறிவு

பயன்பட்டன. ஆனால் இந்த விலங்குகள் இழுத்துச் செல்லாமல் இயந்திரத்தினால் இயங்கக்கூடிய வண்டிகளை மக்கள் பயன்படுத்தினர். அது போன்ற ஒரு வண்டியை யவனத்தச்சன் ஒருவன் உதயணனுக்குச் செய்து கொடுத்தான் என்பதைப் பெருங்கதை தெரிவிக்கிறது.

விலங்குகள் இழுக்காமல் தானே இயங்கும் வண்டிகள் இருந்ததைப் போலவே அந்த வண்டிகளைப் பிரித்து பிறர் அறியாமல் வைக்கும் அபாரமான தொழில்நுட்ப அறிவையும் நமது முன்னோர் பெற்றிருந்தனர்.

உதயணனின் நண்பனான யூகி என்பவன் தான் செல்வதற்காக விலங்குகள் இல்லாமல் தானே நகரக்கூடிய வண்டி ஒன்றை வைத்திருந்தான். அந்த வண்டியில் அவன் புட்பக நகரத்திற்குச் சென்றான். அங்கே இருப்பவர்கள் தான் வந்ததை அடையாளம் தெரிந்து கொள்ளக்கூடாது என்பதற்காக தனது வண்டியை மறைக்க விரும்பினான். அதை ஒரு குகையிலோ அடர்ந்த காட்டிலோ வைத்து இலை தழைகளினால் அவன் மூடவில்லை.

யூகி தனது வாகனத்தின் உறுப்புக்களைத் தனித்தனியாகப் பிரித்தான். அவைகளைப் பாதுகாப்பாக பிறர் அறியாவகையில் மறைத்து வைத்தான் என்பதைப் பெருங்கதை தெரிவிக்கிறது.

புறத்தோர் அறியா மறைப்பமை மாயமொரு
ஆணிவையம் அரும்பொறி கலக்கி

என்பன அவ்வரிகள்.

இவைகளை எல்லாம் படிக்கும் போது நாம் வியப்படையாமல் இருக்கவே முடியாது. இன்று நாம் உபயோகிக்கும் ஆயுதங்களுக்குச் சற்றும் குறைவில்லாத விதத்தில் இரண்டாயிரம் ஆண்டுகளுக்கு முன்பே நமது முன்னோர் அவைகளைத் தொழில்நுட்ப அறிவோடு உபயோகித்து வந்துள்ளனர். கோட்டை மதிலும், அதில் பொருத்தப்பட்டிருந்த பொறிகளும் இன்றைய தொழில் நுட்பத்தை விட பன்மடங்கு மேலானவைகளாக இருந்துள்ளன.

கோட்டைக் காவலில் எந்திரப் பொறிகள்

நமது முன்னோர்கள் தங்கள் நாட்டைக் காக்க கோட்டைகளை எழுப்பி அதில் பலம் பொருந்திய காவல் அமைப்புக்களை ஏற்படுத்தி இருந்தனர். பகைவர்களிடமிருந்து தங்கள் கோட்டை மதிலைக் காப்பாற்றுவதற்குப் பலவிதமான கருவிகள், எந்திரங்கள், பொறிகள் ஆகியவற்றை அவர்கள் பயன்படுத்தினர்.

கோட்டைச் சுவரைச் சுற்றி மிகவும் ஆழமான அகழியை ஏற்படுத்தி அதில் ஆட்கொல்லி முதலைகளை விட்டிருந்தனர். அதையும் தாண்டி கோட்டைக்குள் நுழைய நினைத்து அருகில் வருபவர்களைக் கொல்வதற்குப் பலவிதமான பொறிகளை அமைத்திருந்தனர். இந்தச் செய்திகளை சிலப்பதிகாரம் தெரிவிக்கிறது.

வளைவில் பொறி, கருவிரல் ஊகம், கல்லுமிழ் கவண், பரிவுறு வெந்நெய், பாகடு குழிசி, காய்பொன் உலை, தூண்டில், தொடக்கு, ஆண்டலை அடுப்பு என்று ஏராளமான கருவிகளை அவர்கள் செய்து வைத்து எதிரிகளின் தலைகளை அறுத்தெறிந்திருக்கின்றனர்.

வளைவில் பொறி என்பது வளைந்து தானே அம்புகளை எய்யும் விதமாக அமைக்கப்பட்ட எந்திரம். மனிதர்களை விட எந்திரங்கள் அதிக ஆற்றலோடும், அதிகத் தொலைவிற்கும் அம்புகளைச் செலுத்தி பகைவரை நிலைகுலைய வைக்கும்

அம்புகளுக்குப் பதிலாக கரடு முரடான கற்களை வைத்து அவற்றை எதிரிகள் மீது குறி பார்த்து அடிப்பதற்குப் பயன்பட்ட கருவி கல்லுமிழ் கவண் எனப்பட்டது. இது தற்காலத்தில் சிறுபறவைகளையும் அணிலையும் அடிக்க நாம் பயன்படுத்தும் உண்டிவில் என்ற கருவியின் பிரம்மாண்டமான உருவமாக அமைந்திருக்கும் எந்திரம்.

பகைவர்கள் மதில் சுவரின் மீது ஏறிவரும் வேளையில் உள்ளே இருந்து வெளியே வந்து அவர்களின் உள்ளங்கையில் தைக்கும் ஊசிகளை எறியும் எந்திரம் கைபெயர்ஊசி எனப்பட்டது. நூற்றுவரைக் கொல்லி எனப்படும் சதக்கினி பொறி ஒரே சமயத்தில் பல மனிதர்களைக் கொல்லும் ஆற்றல் படைத்தது.

ஆண்டலை அடுப்பு என்பது ஆண்டலைப் பட்சி என்ற பறவையின் வடிவத்தில் அமைக்கப்பட்டு பறந்தபடியே வந்து பகைவரின் தலையைக் கிள்ளி மூளையைக் கடிக்கும் கருவி.

இவ்வாறே பன்றி வடிவத்தில் செய்யப்பட்ட பன்றிப் பொறியும், புலியின் வடிவாகச் செய்யப்பட்டு பகைவர்களைக் கிழித்துக் குதறும் பொறியும் கோட்டைக் காவலில் வைக்கப்பட்டிருந்தன. இது போன்ற எண்ணற்ற கருவிகளும், பொறிகளும், அக்காலத்தில் நமது முன்னோர்களினால் வடிவமைக்கப்பட்டு நாடுகாக்கப் பயன்பட்ட தகவல்களைச் சிலப்பதிகாரம் செப்புகிறது.

இவை தவிர புறமதிலைக் கடந்து உள்ளே வருகின்ற பகைவர்கள் மீது மழைபொழிவதைப் போல கூர்மையான அம்புகளைச் செலுத்தும் பொறி அப்புக்கட்டுக்கள் எனப்பட்டதை பதிற்றுப்பத்து,

நாடு கண்டன்ன-
மதில் நல்லெழில் நெடும்புதவு முருக்கிக் கொல்லுப

என்று தெரிவிக்கிறது. மதிலின் கண் அமையப்பெற்று, பகைவர்களைத் தூக்கி எறிவதற்கோ அல்லது சிதறி ஓடச் செய்வதற்கோ கணை மரத்தின் மீது அப்புக்கூடுகள் பொறுத்தப்பட்டிருந்தன என்று உரையாசிரியர்கள் தெரிவிக்கின்றனர்.

மதிலின் மீது குரங்கு வடிவத்தில் அமைக்கப்பட்ட பொறி நெருங்கி வருபவர்களை இறுகப் பிடித்து அவர்கள் உயிரை போக்கும் தன்மை கொண்டது. இது கருவிரல் ஊகம் எனப்பட்டது. இதையே பன்றிப் பொறியும் செய்தது. மேலும் ஐயவித்துலாம் என்ற பொறியைப் பற்றியும் பதிற்றுப்பத்து தெரிவிக்கிறது.

ஓங்குநிலை வாயில் தூங்குபு தகைத்த
வில்விசை மாட்டிய விழுச்சீர் ஐயவி

என்பன அவ்வரிகள்.

இது கோட்டை வாசலில் தொங்கிக் கொண்டிருக்கும் பொறி. கதவை உடைத்துக் கொண்டு கோட்டைக்குள் நுழையும் யானைகளை இது தாக்கி விரட்டும். இது தானே வளைந்து

அம்புகளைச் சரமாரியாகச் சொரிந்து எதிரிகளின் யானை, குதிரை ஆகிய விலங்குகளைக் காயப்படுத்தி, விழ வைக்கும் விதத்தில் செயல்பட்டது. போர்க்கலையில் வல்லவர்களாக இருந்ததைப் போலவே சிற்பக்கலையில் உலகம் வியக்கும் சாதனைகளை நமது முன்னோர் செய்திருப்பதைத் தென்னகத்து பிரம்மாண்டமான கோயில்கள் இன்றும் பறைசாற்றுகின்றன.

தென்னிந்தியக் கோயில்களில் காணப்படும் கோபுரங்களும், கோயில் கற்தூண் சிற்பங்களும் நம்மை மட்டும் அல்ல உலகத்தில் உள்ள அத்தனை மக்களையும் ஒரு சேர வியக்கவைத்து இந்தியப் பண்பாட்டின் உச்சத்தை, கலைநுட்பத்தின் கொடுமுடியைப் பறைசாற்றி வருகின்றன. அதற்கு எடுத்துக்காட்டாக இந்த இரண்டு யானை சிற்பங்களைப் பாருங்கள். பல பெண்கள் ஒன்றாக இருக்க ஒரு யானையைப் போல உருவாக்கி இருக்கிறார்கள்.

அதைப்போலவே இரண்டு உடல்களும் ஒரே தலையும் கொண்டு எருதும் யானையும் இணைந்திருப்பது. இத்தகைய கலைநுட்பத்தைக் கல்லில் கொண்டுவரவேண்டும் என்றால்

அந்தத் தொழில் எத்தனை ஆயிரம் ஆண்டுக்காலமாக பழக்கத்தில் வந்திருக்க வேண்டும் என்பதை எண்ணிப் பார்த்தால் பிரமிப்பாக இருக்கிறது.

தஞ்சைக் கோபுரத்தில் திகைக்க வைக்கும் சிலை

ராஜராஜ சோழன் உலக மக்களே அண்ணாந்து பார்த்து வியக்கும் வண்ணம் தஞ்சை பெரிய கோயிலைக் கட்டி வைத்தான். அதற்குள் நிறையவே மர்மங்கள் இருக்கின்றன. அவற்றுள் ஒன்று அயல்கிரகத்தினரின் வருகை தொடர்புடையது.

இது என்னப்பா புதுக்கதை ? என்று கேட்கிறீர்களா !

நாம் இதுவரையில் அந்த நாட்டில் வேற்றுக்கிரக மனிதர்கள் வந்தார்கள், ரஷ்யாவில் பறக்கும் தட்டு வந்தது என்ற விவரங்களைத் தானே கேள்விப்பட்டிருப்போம், படித்திருப்போம். அதற்குச் சற்றும் குறைவில்லாத அதிசயமான தகவல் ஒன்று தஞ்சைப் பெரிய கோயிலில் சான்றுகளோடு காணப்படுகிறது.

அது என்ன என்கிறீர்களா ?

அது ஒரு ஆங்கிலேயனின் சிற்ப வடிவம்.

இந்தச் சிற்பத்தில் ஒரு மனிதன் தொப்பியோடு உட்கார்ந்திருக்கிறான். ஆயிரத்து நூறு ஆண்டுகளுக்கு முன்னால் தஞ்சையைத் தலைநகராகக் கொண்டு ஆட்சி

செய்தவன் ராஜராஜசோழன். அவன் காலத்தில் இன்றுள்ள ஆங்கிலேயரைப் போல ஒரு மனிதன் சட்டையும்,தொப்பியும் அணிந்திருப்பது எப்படி? அப்படியே இருந்தால் கூட அவன் உருவத்தை சிற்பி எதற்காக கலைநயம் மிகுந்த தஞ்சைக் கோயிலின் ராஜகோபுரத்தில் செதுக்கி இருக்கிறான் ?

ஒழுக்கக் கட்டுப்பாடுகளோடு விரதம் காத்து சிலைவடிப்பது தெய்வச்சிலைகளை வடிக்கும் சிற்பிகளின் இயல்பு. அப்படி விரதம் காத்து தெய்வங்களையும், தேவதைகளையும், முனிவர்களையும், மகான்களையும், விலங்குகளையும் சிலைகளில் கொண்டு வரும் சிற்பி அந்தக் கால நாகரிகத்துக்குச் சற்றும் ஒத்துவராத உடையோடு ஒரு மனிதனைச் செதுக்கி இருப்பது நம்மை வியப்படைய வைக்கிறது. இது ஒரு தற்செயல் நிகழ்ச்சி அல்ல. அறிவியல் தொடர்புடைய சான்று. நிச்சயமாக இது ஒரு வகையான நன்றி செலுத்தும் செயல்தானோ ?

நிழல் கீழே விழாத வகையில் கோபுரக் கட்டடக்கலையின் நுணுக்கத்தைத் தங்களுக்குக் கற்றுக் கொடுத்த ஒருவரை அவர்கள் நன்றியோடு அந்தக் கோபுரத்திலேயே சிலைகளோடு சிலைகளாகச் செதுக்கி இருக்கிறார்களோ? என்று எண்ணத் தோன்றுகிறது . தஞ்சை மண்ணுக்கும் இந்திய ஆசாரத்திற்கும் சற்றும் தொடர்பே இல்லாத இந்தச் சிலை ஏன் அயல்கிரக மனிதனின் உருவமாக இருக்கக்கூடாது ? என்ற கேள்வி

நமக்கு இயல்பாகவே எழுகிறது அல்லவா ? இதில் இருந்து நமது முன்னார்களின் அசாத்திய அறிவாற்றலுக்கு ஏதோ ஒரு வகையில் வேற்றுக்கிரகத்தினரோ அல்லது உள்ளூர் விமானத்தில் பறந்த மகரிஷிகளோ, முனிவர்களோ, தவசிரேஷ்டர்களோ காரணமாக இருந்திருக்கின்றனர்.

உபநிடதத்தில் இதயம்

கர்போ உபநிடதம் இதயக்கட்டுமானம் குறித்த பல தகவல்களைக் கொடுக்கிறது. அது தற்கால அதிநவீன மருத்துவ அறிவியலுக்குச் சற்றும் குறையாததாக இருப்பது நம்மை ஆச்சரியத்தில் ஆழ்த்துகிறது. இதயத்தில் உள்ள ரத்தநாளங்களின் எண்ணிக்கை, அதன் கிளைகள், அதில் ஒன்றில் நல்ல ரத்தம் செல்வது மற்றொன்றில் அசுத்த ரத்தம் செல்வது போன்ற குறிப்புக்கள் உள்ளன.

பண்டைய நூல்களில் மிகவும் குறிப்பிடத்தக்க அறிவியல் அறிவு உள்ளது. ஆண் மற்றும் பெண் பாலணுக்களை இணைப்பதன் மூலம் ஒரு ஜிகோட் உருவாகிறது என்று 20 ம் நூற்றாண்டில் தான் கண்டுபிடிக்கப்பட்டது. ஆனால் ஐயாயிரம் ஆண்டுகள் பழமையான வேதங்களில் அவர்கள் ஏற்கனவே பகவத் புராணத்தில் குறிப்பாகப் பேசுகிறார்கள். உயிரணு அமைப்பு மற்றும் நுண்ணுயிர்கள் ஆகியவற்றின் விவரம் ஆகியவற்றை ஆங்கில அறிவியல் இ.ரண்டு நூற்றாண்டுகளுக்கு முன்னால் தான் அறிந்தது.

ரிக்வேதத்தில் உறுப்பு மாற்றம்

ரிக் வேதத்தில் அஸ்வினி சகோதரர்கள் மருத்துவ அறிவைக் கொண்டவர்களாக அறியப்படுகின்றனர். அவர்களது அனுபவம் உரைகள் ஆகியவை நமது பழங்கால மருத்துவத்தின் வெற்றிக்குக் காரணமாக இருந்திருக்கிறது.

ஓ மருத்துவனே! நீ பல நன்மைகளைச் செய்தாய். ஒரு பறவையின் சிறகைப் போல கால் துண்டிக்கப்பட்டது. அதற்கு விஸ்பாலின் இரும்புக் கால்களைப் பொருத்தி இருக்கிறீர்கள். அதனால் அவர் தனது இலக்கை நோக்கிப் பயணம் செய்ய முடியும் என்று அதில் ஒரு குறிப்பு தெரிவிக்கிறது. இதன் மூலமாக அவர்கள் அறுவை சிகிச்சை செய்து, மனித உறுப்புக்குப் பதிலாக உலோகக் கால்களைப் பயன்படுத்தியதை

அறிய முடிகிறது.

புராணங்களில் விநாயகருக்கு மனித உடலில் பொருத்தப்பட்ட யானைத் தலை கூட இது போன்ற உறுப்பு மாற்று அறுவைச் சிகிச்சையின் அடிப்படையில் தான் என்று எண்ணத் தோன்றுகிறது. அவர்கள் தாங்கள் அறிவியல் அடிப்படையில் செய்த பல அரிய செயல்களைப் புராணக் கதைகளாக மாற்றி எழுதி வைத்திருக்கிறார்கள்.

மோதி கூறிய 'விநாயகர்' கதை

2014 ஆம் ஆண்டில் பிரதமர் நரேந்திர மோதி, மும்பை மருத்துவமனையில் மருத்துவர்கள் மற்றும் மருத்துவ ஊழியர்களின் கூட்டத்தில் இந்துக் கடவுளான விநாயகரின் கதையானது பழங்கால இந்தியாவில் அழகுக்கான அறுவைச் சிகிச்சை இருந்ததைக் காட்டுகிறது என்று கூறினார்.

"நாங்கள் விநாயகரை வணங்குகிறோம். மனிதனின் உடலில் ஒரு யானையின் தலையை வைத்துள்ளதன் மூலம், பிளாஸ்டிக் அறுவை சிகிச்சை நடைமுறைக்கு வித்திட்டிருக்கக் கூடிய அறுவை சிகிச்சையாளர்கள் சிலர் அப்போதே தன் முயற்சியைத் தொடங்கி இருந்திருக்க வேண்டும்" என்று அவர் கூறினார்.

இந்து இதிகாசங்களின்படி, சிவபெருமான் குட்டி

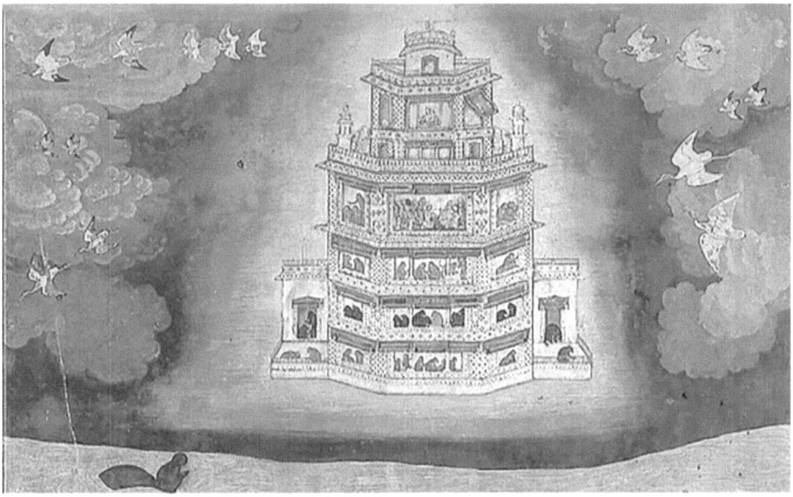

யானையின் தலையை குழந்தையின் உடலில் இணைத்தபோது விநாயகர் உருவாக்கப்பட்டார் என்றும் அவர் கூறினார்.

ரிக்வேதம் ஒளியின் வேகத்தை அதிகபட்ச துல்லியத்துடன் கணக்கிடுகிறது. "ஆழமான பயபக்தியுடன், நான் அரை நிமி மூலம் யோடான்ஸ் தூரம் கடந்து சூரியனின் முன் வணங்குகிறேன்."இவைகளை நாம் தற்போதைய காலக்கணக்குக்கு மாற்றினால் விநாடிக்கு 3 இலட்சம் கிமீ வேகம் வருகிறது.

பூமியின் ஈர்ப்பு விசையை வெற்றிகரமாகக் கடந்து வந்த விண்வெளி விமானங்கள் மற்றும் பல்வேறு பறக்கும் இயந்திரங்கள் (காற்று) பற்றி வேதங்கள் பேசுகின்றன..

பண்டைய கையெழுத்துப் பிரதி "சமாரங்கன சூத்ரதாரா" என்று குறிப்பிடுவது பயனுள்ளது, இது ஒரு மர்மமான பாதரச பறக்கும் ரதம் பற்றி எழுதுகிறது:

"வலுவான மற்றும் உறுதியான ஒளி உடல் மற்றும் ஒரு பெரிய பறக்கும் பறவை போன்ற அதன் உடல் இருக்க வேண்டும். உள்ளே, நீங்கள் இரும்புத் தாது சாதனத்தின் கீழ் ஒரு பாதரசம் கொண்ட சாதனத்தை வைக்க வேண்டும். பாதரசத்தில் மறைந்திருக்கும் ஒரு சக்தியின் உதவியுடன், ஒரு காற்றோட்டத்தில் மூழ்கும் ஒரு நபர், வானத்தில் நீண்ட தூரத்திலிருக்கும் இடத்திற்கு தேரில் பறக்க முடியும் ... அது இடி மின்னலின் சக்தியை உருவாக்குகிறது. விரைவில் வானத்தில் ஒரு முத்து போல மாறும்".

மற்ற நாடுகளில் மனிதன் குகைக்குள் மரவுரி ஆடை தரித்து வாழ்ந்த காலத்தில் இந்தியாவில் குருஷேத்திரப் போர் நடைபெற்றுள்ளது என ஆராய்ச்சி வல்லுநர்கள் தெரிவிக்கிறார்கள். அதில் இருந்தே இந்தியர்களின் அறிவுக்கூர்மையும், தொழில் நுட்பமும் எளிதில் விளங்கும்.

போர்க்கலையைப் பற்றிய அறிவைத் தருவது தநுர்வேதம் என்று பார்த்தோம் அல்லவா? மகாபாரதப் போரில் அணு ஆயுதப் பிரயோகம் இருந்து இருக்கலாம் என்று சில அறிஞர்கள் கருத்துத் தெரிவித்துள்ளனர்.

✪✪✪

3

இதைப் பற்றித் தெரிந்து கொள்வதற்கு முன்னால் நாம் அந்தக் காலத்தில் நமது முன்னோர் போர்களின் போது பயன்படுத்திய விதவிதமான ஆயுதங்களைப் பற்றி அறிந்து கொள்வது அவசியம்.

அந்தக் காலத்தில் உபயோகிக்கப்பட்ட அஸ்திரங்களைப் பற்றித் தெரிந்து கொள்வோம்

அக்கினி அஸ்திரம்

இதன் பெயரே அதனைப் பற்றிய விளக்கத்தைத் தந்து விடுகிறது. இந்த அஸ்திரம் எதிரிகளின் மீது எறியப்பட்டால் தாக்கும் இடத்தை தீக்கு இரையாக்கும். சுற்றியுள்ள அனைத்தையும் அழித்து சாம்பலாக்கும்.

வருணாஸ்திரம்

இது தண்ணீர் ஆயுதம். இந்த

மகாபாரதப் போரில் பயன்பட்டவை அணு ஆயுதங்களா ?

அஸ்திரம் அக்கினியாஸ்திரத்திற்கு எதிரானது. நெருப்பை அணைக்கவல்லது. இந்த அஸ்திரத்தைத் தவறாகப் பயன்படுத்தினால் உலகத்திற்கே கேடுவிளைவிக்கும். பிரயோகித்தவனையும் அழித்து விடும்.

நாகபாசம்

இந்த அஸ்திரம் எதிரிகளைக் கட்டுவதற்கு உதவும். ஒரே நேரத்தில் ஆயிரம் பாம்புகள் எதிரிகளின் உடலைச் சுற்றிக்கொண்டதைப் போலத் தோன்றும். ராமாயணத்தில் இந்திரஜித்தன் தனது எதிரிகளான இராம இலக்குவர் மீது இதைப் பிரயோகித்தான். கருடன் வந்தவுடனே அவரது மூச்சுக்காற்று பட்டு நாகபாசம் விலகியது . நாகத்திற்கு கருடன் எதிரி அல்லவா ?

வஜ்ராயுதம்

இது தேவர்களின் தலைவனான இந்திரனுக்கு உரியது. இடியைப் போலத் தாக்குவது. எதிரிகளை நிலைகுலைய வைப்பது. சாவைக் கொடுப்பது, இதனுடைய வீச்சை சாதாரண மனிதர்களினால் தாங்க முடியாது. ததீசி முனிவரின் முதுகெலும்பினால் செய்யப்பட்டது என்பது இதன் சிறப்பம்சம்.

சிவதனுசு

இந்த வில்லை சாதாரண மனிதர்களினால் அசைக்கக்கூட முடியாது. ஆகவே அதைக் கையில் எடுப்பதோ, நாண் ஏற்றுவதோ நினைத்துக்கூடப் பார்க்க முடியாத செயல். அதைக் கையில் எடுக்கவும், நாண் ஏற்றி உடைக்கவும் மற்றொரு அவதாரமான ஸ்ரீ ராமனால் மட்டுமே முடிந்தது.

பாசுபதாஸ்திரம்

இந்திய இதிகாசங்களில் இது மிகவும் உன்னதமான அணு ஆயுதமாகப் போற்றப்படுகிறது. இது பிரயோகிக்கப்பட்டால் ஏற்படும் அழிவுகள் சொல்லிமாளாது. இது சிவபெருமானுக்கு உரியது, அவர் பிரபஞ்சத்தையே அழிக்கும் கடவுள் அல்லவா?

ஆகவே இந்தப் பாசுபதாஸ்திரம் யார் தடுத்தாலும் நிற்காமல் எதிரிகளை அழிக்கவல்லது. இந்த அஸ்திரத்தை சாதாரண எதிரிகளிடம் பயன்படுத்தக்கூடாது, உலகையே அழிக்கவல்ல ஆற்றல் யாரிடம் இருக்கிறதோ அவர்கள் மீது மட்டுமே பயன்படுத்த வேண்டும் என்பது விதி. அதையும் தெய்வீக புருஷர்கள் முடிவு செய்தாக வேண்டும்.

இதைப் பெறுவதற்கு ஆயிரம் வருடங்கள் பொறுமையாகத் தவத்தில் ஈடுபடவேண்டும் என்பது தெய்வீகக் கட்டளை. ஆயிரம் வருடங்கள் தவம் செய்யும் பொறுமையும், நிதானமும், யாரிடம் இருக்கிறதோ அவனே இந்த அஸ்திரத்தைப் பெறுவான். அப்படிப் பெற்றவன் இதைச் சிறிய விஷயங்களுக்கு கோபித்துக் கொண்டு பயன்படுத்தமாட்டான் அல்லவா? அதற்காகத் தான் இந்த ஏற்பாடு.

திரிசூலம்

இதுவும் சிவபெருமானின் ஆயுதம் . இது எல்லாவற்றையும் அழிக்க வல்லது, நம்பியவர்களைக் காக்க வல்லது. மரணத்தைத் துரத்தவல்லது. பக்தர்களைக் காக்கவல்லது. இந்த அஸ்திரத்தின் மூலமாக சிவபெருமான் ஆயிரக்கணக்கான ராட்சதர்களை, அசுரர்களை, உலகமக்களுக்குத் துன்பம் செய்தவர்களை அழித்திருக்கிறார். இவர்களைச் சாதாரண வீரர்களினாலோ அல்லது சாதாரண படைக்கலங்களாலோ அழிக்க முடியாது . இதை அறிந்துதான் சிவபெருமான் இந்தப் படைக்கலத்தை அவர்கள் மீது இறுதி முயற்சியாகப் பிரயோகம் செய்திருக்கிறார்.

சுதர்சன சக்கரம்

இது மகாவிஷ்ணுவின் ஆயுதம். 108 கூரிய முனைகளை உடைய இந்தச் சக்கரத்தை அவதாரங்களில் ஒன்றான கிருஷ்ணனால் மட்டுமே ஏவ முடியும், எதிரிகளை அழித்த பிறகு இந்தச் சக்கரம் அவரிடமே திரும்பி வரும் ஆற்றல் பெற்றது. அவர் சிசுபாலன் செய்த 100 தவறுகளை மன்னித்த பிறகே அவன் மீது இதைச் செலுத்தியதாக மகாபாரதம் தெரிவிக்கிறது. சுதர்சன சக்கரத்தையும், திரிசூலத்தையும் விஷ்வகர்மா என்ற

தேவதச்சன் சூரியனின் துகள்களைக் கொண்டு செய்ததாக இதிகாசங்கள் தெரிவிக்கின்றன.

பிரம்மாஸ்திரம்

இது பிரம்மாவின் ஆயுதமாகும். இந்து புராணங்களின் படி இவரே பிரபஞ்சத்தைத் தோற்றுவிப்பவர். இது ஒரு முறை செலுத்தப்பட்டால் அது தவறாமல் சென்று இலக்கை அழித்தே தீரும், மேலும் செலுத்தியவரே நினைத்தால் கூட இதைத் திரும்பப்பெற முடியாது. இந்த அஸ்திரத்தை ஒருவர் அவரது வாழ்நாளில் ஒருமுறை மட்டுமே பிரயோகம் செய்யலாம். பிரம்மாஸ்திரம் பிரயோகம் செய்யப்பட்ட இடத்தில் அடுத்த 12 வருடங்களுக்கு மழை இருக்காது, பூமி வறண்டுபோகும் என்று புராணங்களில் எச்சரிக்கை விடுக்கப்பட்டுள்ளது. மகாபாரதத்தில் அருச்சுனனும், துரோணரின் மகனாகிய அஸ்வத்தாமனும் மட்டுமே இந்த அஸ்திரத்தைச் செலுத்தும் ஆற்றல் பெற்றவர்களாக விளங்கினர்.

அணு ஆயுதங்களா ?

இந்திய இதிகாசங்களான இராமாயணத்திலும், மகாபாரதத்திலும் அணு ஆயுதங்களைப் பற்றிய தகவல்கள் மறைமுகமாகத் தரப்பட்டுள்ளன. அந்தக் காலத்தில் தங்கள் எதிரிகளைப் பூண்டோடு அழிப்பதற்கு இதுபோன்ற ஆயுதங்கள் போர்க்களத்தில் பயன்படுத்தப்பட்டுள்ளன. பறக்கும் தட்டுக்களைப் பற்றிய பலவிதமான ஆய்வுகளை மேற்கொண்ட நூலாசிரியர்கள் இந்த விஷயத்தைக் குறித்து தங்கள் கருத்துக்களைப் பதிவு செய்திருக்கிறார்கள்.

இராமாயணத்திலும், மகாபாரதத்திலும் சொல்லப்படும் அஸ்திரங்கள், சஸ்திரங்கள் ஆகியவை நிச்சயமாக அணு ஆயுதங்கள் என்பதில் சந்தேகமே இல்லை. இந்த ஆயுதங்களை அவர்கள் எதிரிகளைப் பயமுறுத்தவும், அவர்களது நாட்டை அழிப்பதற்கும் பயன்படுத்தி இருக்கிறார்கள். சிலவேளைகளில் தற்காப்புக்காகவும் அவைகள் பயன்படுத்தப்பட்டுள்ளன.

இந்த ஆயுதங்கள் அவர்களுக்கு எப்படிக் கிடைத்தன? மகாபாரதத்தில் அருச்சுனன் பாசுபதாஸ்திரத்தை

சிவபெருமானை நோக்கி கடுந்தவம் செய்து பெறுகிறான். இராமாயணத்தில் பிரம்மனை நோக்கி ஆயிரம் ஆண்டுகள் தவம் செய்து இந்திரஜித்து பிரம்மாஸ்திரத்தைப் பெறுகிறான். இதுபோலவே இத்தகைய ஆயுதங்கள் அவர்களுக்கு கடவுளர்களிடமிருந்து கிடைத்ததாகவே இதிகாசங்கள் தெரிவிக்கின்றன. இது கடவுளாகக் காட்டப்பட்டு இருந்தாலும் வேற்றுக்கிரகத்தில் இருந்து பூமிக்கு வந்த மனிதர்களிடமிருந்தே கிடைத்திருக்கிறது என்பதில் சந்தேகம் இல்லை. இவைகள் அணுஆயுதங்கள் என்பதில் சந்தேகம் இல்லை.

இந்த ஆயுதங்களை எப்படிப் பயன்படுத்துவது, எங்கே பயன்படுத்துவது போன்ற தகவல்களை குரு அவர்களிடம் கொடுக்கும் போது, கற்றுத் தந்திருக்கிறார். சரியான இடத்தில், சரியான முறையில் இந்த உயர்ரக ஆயுதங்களைப் பயன்படுத்துவது அவசியம் என்றும், இல்லாவிட்டால் மக்களும், விலங்குகளும் இந்த உலகத்தில் இருந்து அழிந்தொழிந்து விடும் என்றும் எச்சரிக்கை செய்து ஆயுதங்களைக் கொடுத்திருக்கிறார்கள். அதோடு இந்த ஆயுதங்களை எனது சுயலாபத்திற்காகப் பயன்படுத்தமாட்டேன் என்ற உறுதிமொழியும் கொடுத்ததாகத் தெரிகிறது. இப்படிப்

பலவிதமான கட்டுப்பாடுகளை விதித்த பிறகே மனிதர்களிடம் அணு ஆயுதங்கள் கொடுக்கப்பட்டுள்ளதை இதிகாசங்கள் தெரிவிக்கின்றன.

இதற்கு என்ன காரணம் ?

இந்த ஆயுதங்களைத் தெரியாமல் பயன்படுத்தி விட்டால் அழிவு நிச்சயம். யாரோ ஒரு எதிரியை அழிக்க இந்த ஆயுதத்தைப் பயன்படுத்தும் போது, அந்த நாடே அழிந்து விடும் அபாயம் இருக்கிறது. சென்ற நூற்றாண்டில் ஜப்பான் மீது போடப்பட்ட அணுகுண்டுகளினால் ஏற்பட்ட அழிவு சொல்லி முடியாது. அதனுடைய கதிர்வீச்சினால் ஏற்பட்ட பாதிப்பை அந்த மக்கள் இன்றும் கூட பரம்பரை நோய்களாக, குறைபாடுகளாக, அனுபவிக்கிறார்கள். என்றோ வீசப்பட்ட அணுகுண்டின் விளைவு இன்றுவரை தொடர்கிறது.

✪✪✪

4

மகாபாரத துரோண பர்வதத்தில் சில குறிப்புக்கள் உள்ளன. இவைகள் அணு ஆயுதங்களினால் ஏற்படும் விளைவுகளை, அழிவைத் தெளிவாகத் தெரிவிக்கின்றன.

பதினைந்தாவதுநாள்யுத்தம்தொடங்கியது. துரியோதனன், கர்ணன், துச்சாதனன், துரோணர் ஆகியோர் பாண்டவர்களை எதிர்த்தனர். துரோணரிடத்தில் அஸ்திர அறிவு மிகுதியாக இருந்தது. ஆனால் அவர் வயதானவர். ஆகவே அவருடைய உடலில் களைப்பு இருந்தது. அருச்சுனன் இளைஞன், உடல்வலு மிக்கவன், அவனிடம் அஸ்திர அறிவும் அபாரமாக இருந்தது.

இருவருடைய போரில் ஒரு சமயம் அருச்சுனன் கை ஓங்கியது. இதைப் பொறுத்துக் கொள்ள முடியாத துரோணர் பிரம்மாஸ்திரத்தை ஏவினார்.

அடுத்த நொடியே பூமி குலுங்கியது.

பிரம்மாஸ்திரமும் விளைவுகளும்

மலைகள் நடுங்கின, சிகரங்கள் உடைந்து கீழே விழுந்தன. கண்மூடிக் கண் திறக்கும் நேரத்திற்குள் எல்லா நதிகளும் தங்கள் திசையை மாற்றிக் கொண்டன. எதிர்த்திசையில் பாய ஆரம்பித்தன.

பேய்க்காற்று வீசியது, மரங்களும், கட்டடங்களும் வேரோடு சாய்ந்தன.

எங்கும் அனல் காந்தியது, காற்றின் வெப்பத்தினால் காடுகள் தீப்பிடித்து எரிந்தன. பறவைகள் கரிந்து விழுந்தன. கடல் கொந்தளித்தது. யுத்த களத்தில் இருந்தவர்கள் தங்கள் கண்ணெதிரே இருப்பவர் யார் என்பது தெரியாமல் தடுமாறினர். அந்த அளவுக்கு காற்றில் தூசியும், புழுதியும் அடர்ந்து கனமான போர்வை போல போர்த்துக் கொண்டது.

பிரம்மாஸ்திரத்திற்கு எதிரான அஸ்திரம் ஏதும் இல்லை என்று புராணங்கள் கூறுகின்றன. காரணம் இந்தப் பிரம்மாஸ்திரம் ஏவப்பட்டால் என்னென்ன விளைவுகள் ஏற்படும் என்பதைத் தெளிவாக மகாபாரதம் கூறியிருக்கிறது.

ஆனாலும் வேறு வழியில்லாத நிலையில் யுத்தகளமே நடுங்கி நின்ற நேரத்தில், துரோணரின் அஸ்திரபலத்தை அழிப்பதற்காக அருச்சுனன் தானும் ஒரு பிரம்மாஸ்திரத்தை ஏவினான். உடனே அமைதி திரும்பியது என்கிறது இதிகாசம்.

மகாபாரத யுத்தத்தில் பிரம்மாஸ்திரத்தை ஏவுவதற்கு துரோணர், அருச்சுனன், அஸ்வத்தாமா ஆகியோர் பயிற்சி பெற்றிருந்தனர்.

தன் தந்தை துரோணர் இறந்தபிறகு அஸ்வத்தாமா மிகக் கொடியதான நாராயணாஸ்திரத்தை ஏவுகிறான். இது பிரம்மாஸ்திரத்தை விட வலிமை வாய்ந்ததாகச் சொல்லப்பட்டுள்ளது.

இது போலவே யுத்த முடிவில் பிரம்ம சிரஸ் என்ற விசேஷமான ஆயுதம் ஏவப்பட்டதாக மகாபாரதம் தெரிவிக்கிறது. இது மிகப் பயங்கரமான விளைவுகளைக் கொண்டதாகச் சித்தரிக்கப்பட்டுள்ளது.

பிரம்மாஸ்திரத்திற்கு இணையானது வேறு ஒன்றும் இல்லை என்பதாகத் தான் இன்றும் பேசி வருகிறோம். ஆனால் அதற்கு இணையானதும், அதைத் தூக்கிச் சாப்பிட்டுவிடுவதைப் போன்ற அழிவுகளை உண்டாக்கும் அஸ்திரங்களும் குருக்ஷேத்திரப் போரில் பயன்படுத்தப்பட்டிருப்பதை அறியும் போது அதிர்ச்சியும், வியப்பும் ஒன்றாக ஏற்படுகிறது.

நாராயணாஸ்திரம்

தனது தந்தையைக் கொன்ற பழியைத் தீர்த்துக்கொள்ள அசுவத்தாமன் நாராயணாஸ்திரத்தை ஏவுகிறான்.

அது பாண்டவர் படையை நெருங்கியபோது பூமி குலுங்கியது, நதிகள் வறண்டன. கடலுக்குள் செல்லாமல் சில நதிகள் எதிர் திசையில் பாய்ந்தன. பகலில் நட்சத்திரங்கள் விழுந்தன. புழுதிக்காற்று ஊளையிட்டது. கடல் கொந்தளிப்பு ஏற்பட்டது. குதிரைகளும், யானைகளும் மிரண்டன. பட்டப்பகலில் சூரியன் மறைந்தது, எங்கும் கும்மிருட்டு சூழ்ந்து கொண்டது என்று வியாசர் எழுதுகிறார்.

இவ்வாறே ஆக்னேய அஸ்திரம் என்பதை அசுவத்தாமன் தனது பகைவர்களை அழிப்பதற்கு ஏவியபோது உலகமே அஞ்சி நடுங்கியது. வானத்தில் இருள் சூழ்ந்தது.

எரிகற்கள் விழுந்தன, நெருப்பு சிதறியது.

யானைகளும், குதிரைகளும், படை வீரர்களும் பொசுக்கப்பட்டு தரையில் விழுந்தனர் என்ற தகவல்கள் கிடைக்கின்றன. இவைகளை வைத்துப் பார்த்தால் அந்த அஸ்திரங்கள் தற்கால அணு ஆயுதங்களுக்கு எந்த வகையிலும் குறையில்லாதவை என்பதை உணரலாம்.

கர்ணனுக்கும் அருச்சுனனுக்கும் நடந்த போரில் பலவிதமான அஸ்திரங்கள் பிரயோகிக்கப்பட்டதை மகாபாரதம் தெளிவாகக் கூறுகிறது. அவற்றில் சிலவற்றை மட்டும் இங்கே பார்க்கலாம்.

அருச்சுனனும் கர்ணனும் நேரடியாக மோதிக் கொண்டனர். முதலில் நெருப்பைக் கக்கும் ஆக்கினேயா

அஸ்திரத்தை அருச்சுனன் ஏவினான். அதைத் தடுப்பதற்காகவும் தணிப்பதற்காகவும் தண்ணீரைப் பீய்ச்சும் வருணாஸ்திரத்தை கர்ணன் தொடுத்தான்.

மேகக்கூட்டத்தை உண்டாக்கி இருட்டை ஏற்படுத்தும் பர்ஜன்யா என்ற அஸ்திரத்தை கர்ணன் ஏவினான். அதை விலக்கக்கூடியது வாயுவாஸ்திரம். இது காற்றை ஏற்படுத்தி மேகக்கூட்டத்தைக் கலைக்கும் ஆற்றல் பெற்றது, இந்த அஸ்திரத்தை அருச்சுனன் எய்தான். இருள் விலகியது; படைகள் ஆரவாரம் செய்தன.

அதற்குப் பிறகு இந்திரனுக்கு உரிய வஜ்ராயுதத்தை அருச்சுனன் ஏவினான். அதில் இருந்து ஆயிரக்கணக்கான ஆயுதங்கள் நான்கு புறங்களிலும் பாய்ந்தன.

அருச்சுனனைக் கொல்வதற்காக கர்ணன் நாகாஸ்திரத்தை ஏவுகிறான். கண்ணனின் சாதுர்யத்தினால் அது குறிதவறி விடுகிறது. அருச்சுனன் உயிர் பிழைக்கிறான். அதை மறுபடியும் ஏவ முடியாத கர்ணன் அதை விடக் கொடிய அஸ்திரத்தை எடுக்கிறான். அதை வில்லில் பூட்டியபோது அண்டசராசரங்கள் நடுங்கின, பூமி குலுங்கியது, காற்று பயங்கரமான வேகத்தில் வீசியது, பல திசைகளும் புழுதியினால் மூடப்பட்டன.

இது போலவே மற்றொரு ஆயுதத்தை அருச்சுனன் கர்ணன் மீது பிரயோகம் செய்கிறான். அதன் பெயர் அஞ்சாலிகம் என்பது. அது இந்திரனின் வஜ்ராயுதத்திற்கு ஒப்பானது, ஆறு சிறகுகள் பொருந்திய கருடனைப் போன்றது. பெரும் வேகத்துடன் பாயக்கூடியது. விஷ்ணுவின் சக்கராயுதத்திற்கு இணையானது, பெரும் அழிவை ஏற்படுத்தக்கூடியது.

இவ்வாறு பலவகையான அஸ்திரங்கள் மகாபாரத வீரர்களினால் பயன்படுத்தப்பட்டுள்ளதை அறியும் போது நமக்கு வியப்பு ஏற்படுகிறது. இவைகள் தற்காலத்தில் பயன்படுத்தப்படும் அணுகுண்டுகளுக்குச் சற்றும் குறைவில்லாத வகையில் அழிவை ஏற்படுத்தி இருப்பதாகவும் மகாபாரதம் தெரிவிக்கிறது.

குருக்ஷேத்திரப் போரில் உபயோகிக்கப்பட்டவை அணு

ஆயுதங்கள் என்ற கருத்து பரவலாக அறிஞர்களிடையே நிலவுகிறது. இதை உறுதிப்படுத்தும் விதமாக ராஜஸ்தானில் ஜோத்பூருக்கு மேற்கே 3 சதுர மைல் பரப்பளவில் கதிரியக்கச் சாம்பல் அதிக அளவில் காணப்பட்டது. இதனால் அங்குள்ள மக்களிடையே புற்றுநோய், எலும்புருக்கி போன்ற நோய்களும், குழந்தைகளிடம் மரபணுக் குறைபாடு நோய்களும் அதிக எண்ணிக்கையில் காணப்பட்டதால் ஆராய்ச்சிகள் மேற்கொள்ளப்பட்டன.

கதிரியக்கத்தை அளக்கும் கருவிகள் மிக அதிக அளவு அங்கே கதிரியக்கம் இருப்பதைக் காட்டின. உடனே அந்த இடத்தில் அகழ்வாராய்ச்சிகள் மேற்கொள்ளப்பட்டன. ஏறத்தாழ 8000 முதல் 12000 வருடங்களுக்கு முன்புள்ள காலக்கட்டத்தில் அந்த இடத்தில் மிகப்பெரிய அணுகுண்டு வெடிப்பு நடந்திருப்பதை கார்பன் டேட்டிங் முறை ஆய்வுகள் திட்டவட்டமாகத் தெரிவித்தன. இந்த வெடிப்பினால் அந்த இடத்தில் இருந்த கட்டடங்கள் இடிந்தன என்றும், ஒரு இலட்சம் மக்களுக்கு மேற்பட்ட எண்ணிக்கையில் இறந்திருப்பார்கள் என்றும் வல்லுநர்கள் தெரிவித்தனர்.

இதைஎல்லாம்வைத்துப்பார்த்தால்நமதுமுன்னோர்களின் அசாத்திய அறிவு நம்மைப் பிரமிக்க வைக்கிறது. இலங்கைக்கும் இந்தியாவுக்கும் இடையே கடலின் அடியில் பாலம் போன்ற கட்டடம் புதைந்து இருப்பதை அமெரிக்கா அனுப்பிய விண்கலம் படம் எடுத்துக் காட்டியிருக்கிறது. ஆனால் அது ராமர் கட்டிய பாலம் தான் என்று நாம் நம்ப மாட்டோம். ராமரே வந்துசொன்னால் கூட இவர் ராமர் இல்லை என்று அவரையே சந்தேகப்படுவோம்.

இந்தப் படம் நம்பத் தகுந்தது அல்ல என்றும், இது ராமர் கட்டிய சேது அல்ல என்றும் சந்தேகப்படுகிறவர்கள் இருக்கிறார்கள். இது வானரங்கள் சேது பந்தனம் அமைத்ததுதான் என்று வால்மீகி முனிவர் எழுதி இருப்பதற்கான அசைக்க முடியாத சான்றுகள் உள்ளன.

ஸ்ரீ கிருஷ்ண பரமாத்மாவின் காலத்திற்குப் பிறகு அவர் அரசாண்ட துவாரகையை கடல் வந்து மூழ்கடித்தது.

இதனை பாகவதம் தெரிவிக்கிறது. குஜராத் மாநிலத்தில் கடல் ஆராய்ச்சியில் ஈடுபட்ட வல்லுநர்கள் கடலுக்கு அடியில் கண்ணபிரான் ஆட்சி செய்த துவாரகை இருப்பதாகத் தகவல் அளித்திருக்கிறார்கள்.

இதேபோன்று டில்லிக்கு அருகில் உள்ள குருக்ஷேத்ராவில் அகழ்வாராய்ச்சி மேற்கொண்டபோது அங்கு கிடைத்த சில எலும்புகளில் அணுக்கதிர் பாய்ந்திருப்பதாக அறிஞர்கள் கருதுகிறார்கள். இது அந்தக் கால அஸ்த்திர வல்லுநர்கள் அணு ஆற்றலைப் பயன்படுத்தும் விதத்தைத் திறம்பட அறிந்திருந்தார்கள் என்பதை நமக்குப் புலப்படுத்துகிறது.

இந்த அறிவும், தொழில்நுட்பமும் அவர்களை வானில் பறக்க ஆர்வம் கொள்ள வைத்திருக்கிறது. அதனால் அவர்கள் பறவையைப் போல வானத்தில் பறக்கும் விமானங்களை வடிவமைத்திருக்கின்றனர். அவ்வாகனங்களின் மூலமாக பல கிரகங்களுக்குச் சென்று வந்தார்கள் என்பதில் நமக்கு எள்ளளவும் சந்தேகம் இல்லை.

இதிகாசங்களிலும் புராணங்களிலும் விமானங்களைப் பற்றிய குறிப்புக்கள் போதுமான அளவில் தரப்பட்டுள்ளன.

✪✪✪

5

நமது முன்னோர் வானில் பறந்து செல்லும் ஊர்திகளை விமானம் என்ற பெயரால் அழைத்தனர். அவர்கள் சொல்லிய வார்த்தையைத் தான் நாம் இன்றும் வழக்கத்தில் கொண்டிருக்கிறோம். ஆகாயத்தில் பறப்பதால் அதற்கு தெய்வத்தன்மை தந்தனர். தேவர்களும், கடவுளர்களும் புஷ்பக விமானத்தில் பறந்ததாகப் புராணங்களிலும் இதிகாசங்களிலும் எழுதி வைத்தனர்.

தெய்வங்களுக்குப் பூமியில் செல்ல ரதங்கள் உபயோகப்பட்டன என்றும், வானில் செல்வதற்கு வானரதமாகிய விமானங்கள் பயன்பட்டன என்றும் அவர்கள் தெளிவாக எழுதி வைத்திருக்கிறார்கள்.

விமானங்களில் இரண்டு வகைகள் உண்டு. முதல்வகை மனிதர்களினால் ஏற்படுத்தப்பட்டவை. இவைகளுக்கு இரண்டு புறமும் இறகுகள் உண்டு. பறவை சிறகடித்துப் பறப்பதைப் போல இந்த விமானம் ஆகாயத்தில் சிறகு அடிக்காமல் பறக்கும். இது

சாதாரணவிமானமும் புஷ்பக விமானமும்

மனிதர்களை ஒரு இடத்தில் இருந்து மற்றொரு இடத்திற்குக் கொண்டுசெல்லும்.

இரண்டாவது வகை விமானங்கள் யாராலும் உருவாக்கப்படாதவை. அவைகள் வானத்தில் தாமாகவே பறந்து செல்பவை. இந்த வகை விமானங்கள் அதிக வேகமாகவும் செல்லும், ஒரு கிரகத்தில் இருந்து மற்றொரு கிரகத்திற்கும் செல்லும். இவைகளின் மூலமாகப் பல்லாயிரம் ஆண்டுகளுக்கு முன்னாலேயே பறக்கும் இயந்திரங்கள் குறித்த அறிவை இந்தியர்கள் பெற்றிருப்பதை அறிய முடிகிறது.

நமது முன்னோர்களின் விமான அறிவு

இன்று அறிவியல் தொழில்நுட்பம் எக்கச்சக்கமாக வளர்ந்துவிட்டது. இன்று வானைக்கிழித்துக்கொண்டுசெல்லும் விமானங்கள் அந்தக் காலத்தில் ரைட் சகோதரர்கள் கண்டு பிடித்ததே என்று வெளிநாட்டார் மார்தட்டிக்கொள்வார்கள். அது அவர்களைப் பொறுத்தவரையில் உண்மைதான்.

மிஞ்சிமிஞ்சிப் போனால் அவர்கள் வானத்தில் பறக்கும் இந்த எந்திரத்தை 110 ஆண்டுகளுக்கு முன்னாலேயே கண்டுபிடித்து விட்டதாகப் பெருமைப்பட்டுக்கொள்கிறார்கள். ஆனால் நமது ரிஷிகளோ இதுபோன்ற வானத்தில் பறக்கும் வாகனங்களை மூவாயிரம் ஆண்டுகளுக்கு முன்னாலேயே கண்டுபிடித்துச் செலுத்தியிருக்கிறார்கள் என்பது இதுவரையில் வெளிவராத ரகசியம்.

எங்கள் நாட்டு இலக்கியங்களில் கூட விமானம் பற்றிய செய்திகள் உண்டு என்று வேறு சிலர் சொல்லக்கூடும். இருந்தபோதிலும் தமிழ் மற்றும் வடமொழி நூல்களில் மிகப் பழையகாலத்தில் இருந்தே விமானம் பற்றிய குறிப்புக்கள் உள்ளன. மேலும் அவற்றின் அமைப்பு, எரிபொருள் ஆகியவற்றைப் பற்றியும் அவைகள் தெரிவிக்கின்றன. ஆகவே விமானத்தின் முன்னோடியாக இருப்பவர்கள் நமது முன்னோர்களே என்பதில் சந்தேகமில்லை. ஆனால் அடக்கத்தினாலோ அல்லது வேறுஏதாவது காரணத்தினாலோ இந்த விவரங்கள் வெளியுலகத்திற்குத் தெரியாமல் போய்விட்டன.

✪✪✪

6

இன்று நேற்றல்ல சத்திய யுகத்திலும் ராமர் ஆண்ட திரேதா யுகத்திலும் கூட வானத்தில் பறக்கும் ரதங்கள் நமது இந்திய மண்ணில் திரிந்ததைப் பலரும் நேரில் பார்த்திருக்கிறார்கள். ஆகாயத்தில் பறவைகளைப் போல பறக்கும் அந்த எந்திரப் பறவைகளைக் கண்டு வியந்திருக்கிறார்கள். அன்று முதல் இன்றுவரையில் ஆகாய விமானம் பறப்பதைப் பார்க்க விரும்பாதவர்கள் யார்?

சத்திய யுகத்திலும் திரேதா யுகத்திலும் பறந்த விமானங்களை ரிஷிகள் மாந்திரிக விமானங்கள் என்ற பெயரில் அழைத்தனர். அந்தக் காலத்தில் மொத்தமாக 25 வகையான விமானங்கள் இருந்ததையும், அவைகள் மனிதர்களின் உடல் வலிமையாலும், அறிவுத்திறத்தினாலும், அற்புத சக்திகளினாலும் இயங்கின.

திரேதா யுகத்திற்குப் பிறகு தோன்றிய துவாபர யுகத்தில் விமானங்களின் எண்ணிக்கை பெருகியது. அப்போது 56 வகையான தாந்திரிக

வேதங்களில் விமானம்

வகையிலான விமானங்கள் பறந்தன என்பதை நூல்கள் தெரிவிக்கின்றன. தற்போது நடைபெறும் கலியுகத்தில் விமானங்கள் கிருத்திக வகையிலானவை என்றும், அவைகள் எந்திரங்களினால் இயங்கக்கூடியவை என்றும், இவற்றில் 25 வகைகள் நமது பழைய இந்தியாவில் அரசர்களினாலும், தேவர்களினாலும், ரிஷிகளினாலும் பயன்படுத்தப்பட்டவை என்றும் நூல்கள் தெரிவிக்கின்றன.

வேதங்களில் மிகப்பழமையானது ரிக்வேதம். மிகக் குறைவான ஆண்டுக் கணக்கில் சொன்னால் கூட வேதங்களின் வயது ஏறத்தாழ நாலாயிரம் வருடங்களுக்கு மேல் என்பதில் மாற்றுக்கருத்து இல்லை.

இந்த ரிக்வேதத்தில் விமானங்கள் பற்றிய குறிப்புக்கள் வருவது நம்மை ஆச்சரிப்படுத்துகிறது. மேலும் ரிக் வேதம் மனிதர்களைச் சொர்க்கத்திற்குச் சுமந்து செல்லும் “தங்க இயந்திரப் பறவைகள்” பற்றிப் பேசுகிறது. காற்றில் பறக்கும் விமானம் ஒன்று திரிசக்கர ரதம் என்ற பெயரால் மூன்று சக்கரங்களோடு இருந்ததை ரிக்வேதம் சுட்டுகிறது. மேலும் ஒரு வகையான வாயுவின் சக்தி கொண்டு ஆகாயத்தில் பறக்கக்கூடிய வாகனத்தைப் பற்றியும் அது குறிப்பிட்டுள்ளது. எரிபொருள் மூலமாகப் பறக்கும் விமானத்தைப் பற்றிய தகவல்களும் ரிக்வேதத்தில் காணப்படுகிறது.

இதில் இந்திரன் போர்செய்த போது பறக்கும் விமானத்தில் வந்ததாகவும், அந்த விமானத்தை ஓட்டிய விமானி மயன் என்றும் குறிப்புக்கள் உள்ளன. இது தவிர வருணன் போன்ற தேவர்கள் ஒரு இடத்தில் இருந்து மற்றொரு இடத்திற்கும், ஒரு லோகத்தில் இருந்து மற்ற உலகங்களுக்கும் பறக்கும் வாகனத்தில் சென்றதாகவும், அந்தக் காலத்தில் இருந்த விமான ஓட்டிகளில் மிகச் சிறந்தவன் புஷன் என்பதும் ரிக்வேதம் தரும் அருமையான அறிவியல் தகவல்கள்.

அதுமட்டும் அல்லாமல் தேவர்களும், தெய்வங்களும் ஒரு இடத்திலிருந்து மற்றொரு இடத்திற்கு வானில் பறந்து செல்லும் வாகனங்களை ரதம் என்ற பெயரால் ரிக்வேதம் சுட்டுகிறது. ரிபு மற்றும் அஸ்வினி இரட்டையர்களைக் குறித்த ஸ்லோகங்களில்

இவற்றை முதன் முதலில் காணலாம்.

அவைகள் தேர் என்ற சொல்லால் குறிப்பிடும் வாகனங்கள் மண்ணில் செல்பவை மட்டும் அல்ல. வானத்திலும் செல்லும் ஆற்றல் பெற்றவை. ஆகாயத்தில் பறந்து செல்லும் பறவைகளின் பயணத்தடத்தைப் பின்தொடர்ந்து செல்பவை இவை என்ற பொருளிலும் தேர்கள் வருகின்றன.

ரிபுக்கள் முதன்முதலாக அஸ்வினி சகோதரர்கள் வானத்தில் பறந்துசெல்ல ஆகாயத்தேர் ஒன்றை செய்துகொடுத்தார்கள். இவர்களே தேவர்களிடையே உள்ள மருத்துவர்கள். இந்த ரதம் மிகவும் வசதியானது, அது ஆகாயத்தில் எந்த இடத்திலும் சஞ்சரிக்கும் ஆற்றல் பெற்றது. அது நேரடியாகச் சொர்க்கத்திற்கும் செல்லும் விதத்தில் வடிவமைக்கப்பட்டிருந்தது.

அது மனத்தின் வேகத்தை விட அதிக வேகத்தில் செல்லக்கூடிய ஆற்றல் படைத்தது. அது கூம்பு வடிவத்தில்

மூன்று அடுக்குகள் கொண்டதாக இருந்தது. ஒன்றை விட மற்றொரு அடுக்கு சற்றே பெரியதாகவும், மூன்று விமானிகள் அமர்ந்து செலுத்தக்கூடியதாகவும் இருந்தது. அந்த வாகனம் மூன்று சக்கரங்களை உடையதாகவும், அவைகள் ஆகாயத்தில் பறக்கும் நேரத்தில் உள்ளே இழுத்துக் கொள்ளும் விதத்திலும் அமைந்திருந்தன.

பொதுவாக அந்தவகையான விமானங்கள் இரும்பு, வெள்ளி, தங்கம் ஆகிய மூன்று உலோகங்களினால் செய்யப்பட்டிருந்தன. ஆனால் வேதங்களில் அவைகள் தங்கநிறத்தில் இருந்ததாகவும், தங்கத்தினால் செய்யப்பட்டு சூரிய ஒளியில் தகதகவென ஜொலித்தபடி பறந்ததாகவும் குறிப்புக்கள் உள்ளன.

விமானத்தில் போதுமான அளவுக்கு மதுவும், அன்னமும் தயாராக இருந்தன. அதில் பயணம் செய்பவர்களுக்கு அவைகள் விநியோகம் செய்யப்பட்டன. மனத்தின் வேகத்தில் செல்லும் ஆற்றல் படைத்த அந்த விமானங்கள் ஒரு பிரம்மாண்டமான பறவையைப் போல ஆகாயவெளியில் சூரியனையோ, அல்லது சந்திரனையோ நோக்கிப் பறந்தன. விரும்பியபோது அவைகள் பூமியை நோக்கிப் பெருத்த சத்தத்தோடு திரும்பி வந்தன.

✪✪✪

7

இராமாயணத்தில் சீதையைக் கவர்ந்து சென்ற இராவணன் அவளை புஷ்பக விமானத்தில் தூக்கிச் சென்ற தகவல் கிடைக்கிறது.

ஆண்டு, ஆயிடை, தீயவன் ஆயிழையைத்
தீண்டான், அயன் மேல் உரை சிந்தைசெயா;
தூண்தான் எனல் ஆம் உயர் தோள் வலியால்,
கீண்டான் நிலம் யோசனை கீழொடு மேல்.

தீயவனாகிய ராவணன் அணிகலன்கள் அணிந்த சீதையைத் தொடுவதற்கு அஞ்சினான். அதற்குப் பிரம்மனும் மற்ற கற்புக்கரசிகளும் அவனுக்கு இட்ட சாபமே காரணம். இராவணனுக்கு வேதவதி, அரம்பை, நளகூபரன், புஞ்சிகஸ்தலை ஆகியோரது சாபங்கள் இருக்கிறது. ஆகவே அவளை அபகரித்துச் செல்லக்கருதி சீதை இருந்த பூமியின் கீழேயும் பக்கங்களிலும் ஒரு யோசனை அளவு பெயர்த்தெடுத்தான்.

இராமாயணத்தில் பலவகை விமானங்கள்

அதைத் தனது தேரின் மேல் வைத்துக் கொண்டான். ஆகாயத்தில் விரைந்து செல்லக் கருதி தேரைச் செலுத்தினான். அந்தத் தேர் சிறிது தொலைவு பூமியில் ஓடி பிறகு விண்ணில் எழும்பிப் பறந்தது. இதற்கான அடையாளங்களை அவளைத் தேடிவந்த ராம லட்சுமணர்கள் கண்டனர்.

அவர்கள் அவளைத் தேடி வந்தபோது, தேர் நிலத்தின் மீது சிறிது தொலைவு ஓடி பிறகு ஆகாயத்தில் எழுந்து பறந்து இருக்கிறது. அதாவது தற்காலத்தில் நமது ஆகாய விமானங்கள் ஓடுபாதையில் சிறிது தொலைவு ஓடி, பிறகு வேகம் பிடித்து வானத்தில் எழுவதைப் போல.

வயவர், பூமிமேல் அவன் தேர் சென்ற
நெடுநெறி போனார்.

என்று இதனைப் பாடுகிறார் கம்பர். அண்ணா தேரின் சுவடுகளைக் கண்டோம். அது சிறிது தொலைவுக்கு மட்டுமே காணப்படுகிறது. சீதையைத் தீண்டுவதற்கு அஞ்சி நிலத்தோடு அகழ்ந்து எடுத்து, ஆகாய மார்க்கமாகக் கொண்டு போனதை அறிந்தோம் என்கிறான் லட்சுமணன்.

சீதையை எடுத்துச்சென்றவனுடையதேர்ச்சக்கரப்பதிவுகள் ஓரிடத்தில் மறைந்து தேர் வானத்தை நோக்கி மேலெழுந்து போவது போல் போயிருந்த நிலை கண்ட இராமன், புண்ணில் வேல் நுழைந்தது போல் மனம் வருந்தினான். இலக்குவனைப் பார்த்து' இனிச் செயத்தக்கது என்ன? என்றான்.

இவற்றில் இருந்து ராவணன் கொண்டு வந்த விமானம் பூமியில் சிறிது தொலைவு ஓடி பிறகு வானத்தில் எழும்பிப் பறக்கும் ஆற்றல் உடையது என்பதை அறிய முடிகிறது.

இதற்கு ஆதாரம் தருவதைப் போல இலங்கையில் ஒரு இடம் இருக்கிறது.

இலங்கையில் நுவரேலியா மாவட்டத்தில் சீதாஎலிய என்ற ஒரு இடம் இருக்கிறது. இங்கே தான் சீதையைத் தூக்கிவந்த இராவணன் அவளைச் சிறைவைத்தான் என்று சொல்லப்படுகிறது. இந்த இடத்தில் இருந்து உலகம் முடிகிறது

என்னும் இடம் வரை சென்றால் குவான் பொலா என்ற இடத்தை அடையலாம். அங்கே விமானத்தின் இரண்டு ஓடுபாதைகள் இருந்ததற்கான அடையாளங்களாக மலையில் நீண்ட மலைச் சமவெளிகளைக்கொண்ட இருபிரதேசங்கள் இன்றும் இருக்கிறது. இது ராவணன் பயன்படுத்திய புஷ்பக விமானத்தின் ஓடுபாதை என்றே அங்குள்ள மக்கள் நம்புகின்றனர். இது குறித்த தகவல்களை இணையதளத்தில் இருந்து இங்கே நன்றியோடு எடுத்தாள்கிறோம்.

✪✪✪

8

இராமாயணத்தில் இராவண மன்னனுக்கு புஷ்பக விமானம் ஒன்று இருந்ததாகவும், இலங்கை அரசனான அவர் சீதையைக் கடத்தி வந்து மறைத்து வைத்த இடம் நுவரெலியாவில் உள்ள சீதா எலிய எனவும் நம்பப்படுகின்றது. (படங்கள்)

சீதா எலிய கோயில் தற்போது இந்துக்களால் வழிபடும் புனித இடமாக இருந்து வருகின்றது. சீதையைக் கடத்தி வர இராவணன் பயன்படுத்திய புஷ்பக விமானத்தை நிறுத்தி ஓய்வெடுத்ததாகக் கூறப்படும் இடம் ஒன்றில் மக்கள் பூஜை வழிபாடும் செய்து வருகின்றனர்.

மஸ்கெலியா, மவுசாகலை நீர்தேக்கம் மற்றும் கெனியோன் நீர் மின் நிலையத்திற்கு மேல் ஐந்து கன்னிமார் மலைக்கு அருகில் மவுஸாக்கலை நய்சா தோட்டத்தின் கீடன் பிரிவில் சுமார் மூன்று ஏக்கர் பரப்பிலான கற்பாறையாக இந்த இடம் காணப்படுகிறது.

அந்தக் கற்பாறையில் சில அடையாளங்கள்

இராவணனின் புஸ்பக விமான சில்லுத் தடங்கள் - மக்கள் நம்பிக்கை

காணப்படுகின்றன. அவை மன்னன் இராவணனின் புஷ்பக விமானத்தின் சில்லுகளின் தடங்கள் எனத் தோட்டத் தொழிலாளர்கள் நம்புகின்றனர்.

மட்டமான இந்தக் கற்பாறைக்கு அருகில் தடாகம் ஒன்றும் காணப்படுகிறது. சில வருடங்களுக்கு முன்னர் இந்தத் தடாகம் பெரியதாகக் காணப்பட்டதாகவும் அது பராமரிக்கப்படாத காரணத்தினால், சிறியதாக மாறியுள்ளது எனவும் அவர்கள் கூறுகின்றனர்.

மன்னன் இராவணனின் புஷ்பக விமானம் பாத-ரசத்தினால் இயங்கியதாக வரலாறு கூறுகிறது. இந்தக் கற்பாறை சிவனொளிபாத மலைக்கு அருகில் அமைந்துள்ளமை குறிப்பிடத்தக்கது.

✪✪✪

9

பாரத ராக்கெட்டுக்கு இனி வானமே ஆயில் டாங்க்! வளி மண்டல ஆக்சிஜனை எரிபொருளாகப் பயன்படுத்தும் புதிய தொழில்நுட்ப 'ஸ்கிராம்ஜெட் இன்ஜினை' வெற்றிகரமாகச் சோதனை செய்ததன் மூலம் இந்திய விண்வெளி ஆராய்ச்சி மையமான, 'இஸ்ரோ' விண்வெளி ஆராய்ச்சித் துறையில் மேலும் ஒரு மைல் கல்லை எட்டியுள்ளது.

இந்த 'ஸ்கிராம்ஜெட்' ராக்கெட் இன்ஜின் ஏ.டி.வி. எனப்படும் முன்னேறிய தொழில்நுட்பம் உடையது. பொதுவாக ராக்கெட்கள் பறப்பதற்குத் தேவையான ஹைட்ரஜன், ஆக்சிஜன் வாயுவை அதன் பக்கவாட்டில் உள்ள கொள்கலன்களில் நிரப்புவது வழக்கம். இதில் ஹைட்ரஜன் முக்கிய எரிபொருளாகவும் ஆக்சிஜன் அதை

நவீன கால புஷ்பக விமானம் ஸ்கிராம் ஜெட்

ஊக்குவிக்கும் துணைப் பொருளாகவும் பயன்படுத்தப்படுகிறது. ஒரு பொருள் பிரகாசமாக எரியவேண்டும் என்றால் காற்றில் போதுமான அளவு ஆக்சிஜன் இருக்க வேண்டும் என்ற எளிய கோட்பாடுதான் அது.

மேலும், பூமியிலிருந்து 15 கி.மீ உயரத்துக்கு மேலே ஆக்சிஜன் மிக மிகக் குறைவாகவே இருக்கும், அதைச் சரிக்கட்டவே இந்தக் கொள்கலன். இந்நிலையில் தான் இந்த ஆக்சிஜன் கொள்கலன்களே இல்லாமல் வளிமண்டலத்தில் உள்ள ஆக்சிஜனை தேவையான அளவு விரைவாக உறிஞ்சி எரி பொருளாக்கும் தொழில் நுட்பம் ஸ்கிராம்ஜெட் இன்ஜின்களில் பயன்படுத்தப்பட்டு வெற்றிகரமாகச் சோதனை செய்யப்பட்டுள்ளது.

இதனால் ராக்கெட்டின் எடை பாதியளவுக்கும் கீழாகக் குறைந்துவிடும். உதாரணமாக, 400 டன் எடை கொண்ட ஜிஎஸ்எல்வி ராக்கெட்டில் 85 சதவீத எடை எரிபொருளே. அதிலும் 70 சதவீதம் ஆக்சிஜன் கொள்கலனின் எடையே. எனவே பெரும் எடைக் குறைவு பொருள் செலவை பத்து மடங்கு குறைக்கிறது. செயல் வேகம் பலமடங்கு கூடுகிறது. அதிக எடை கொண்ட செயற்கைக் கோள்களைச் செலுத்த இயலும்.

எரிபொருள் பற்றாக்குறைக்கு வாப்பில்லை என்பதால் ‘ரீ யூசபிள் லாஞ்சிங் வெஹிகிள்’ எனப்படும் மறுபயன்பாட்டு விண்கல உருவாக்கத்தை நோக்கி நாம் விரைவாகப் பயணிக்கலாம். தற்போதைய நிலையில் ஒரு விண்கலத்தை நாம் ஒருமுறை மட்டுமே பயன்படுத்த முடியும் என்பதால் நாம் எதிர்கொள்ளும் பொருள் செலவும் கால விரயமும் அதிகம்.

மேலும், இந்தத் தொழில்நுட்பத்தை எட்டிய நாடுகளின் வரிசையில் அமெரிக்கா, ரஷ்யா, ஐரோப்பிய விண்வெளி ஆராய்ச்சி ஏஜன்சி வரிசையில் இந்தியா நான்காவதாக இடம் பெற்றுள்ளது. இதன் மூலம் உலகின் உச்சபட்ச தொழில்நுட்பத்தை எட்டிக் கொண்டிருக்கிறோம். எரிபொருளே இல்லாத இன்ஜின்களை எட்டிவிடும் தூரத்தில் இருக்கிறோம்.

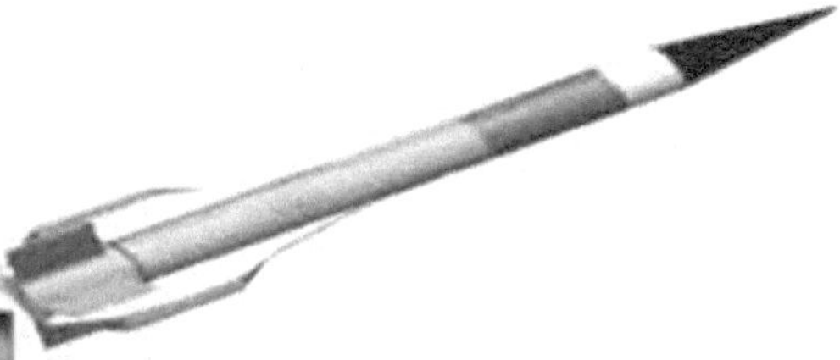

நம் புராணங்கள் என்றும் பொயுரைக்காது. ராமாயண கால புஷ்பக விமானத்தைக் கேள்விப்பட்டிருப்போம். அதில் சக்தி யுகம் என்ற விமானம் வானத்திலிருந்தே எரிபொருளை சேமித்துக் கொண்டு பல நாட்கள் பறந்து கொண்டே இருக்கும் திறன் படைத்தது. அதைப் படைக்கத்தான் இன்று இந்த உலகம் எத்தனித்துக் கொண்டிருக்கிறது என்பதை உலகத்தார் கேட்க உரக்கக் கூறுவோம்

நன்றி விஜயபாரதம் கட்டுரை

எரிபொருள் தேவையில்லாமல் காஸ்மிக் எனர்ஜியைக் கொண்டு பயணம் செய்யும் விமானம் குறித்த தகவல்களை மற்றொரு கட்டுரையில் விவரமாகப் பார்க்கலாம். தற்போது நாம் உபயோகிக்கும் வெள்ளைப்பெட்ரோல் இல்லாமலே பறக்கும் விமானங்களை நமது முன்னோர் பயன்படுத்தினர் என்பது நம்ப முடியாத ஆச்சரியமாக இருக்கிறது. அப்படியிருக்க மேலும் ஒரு ஆச்சரியம் நம்மை பிரமிப்பின் உச்சத்திற்குக் கொண்டு போகிறது. அது தான் விமானி இல்லாமல் இயங்கும் விமானம் என்பது. இது குறித்த தகவல்களைப் பார்க்கலாம்.

✪✪✪

10

விமானி இல்லாமல் பயணியர் விமானத்தை இயக்குகின்ற தொழில்நுட்பம் பற்றி ஆய்வு செய்து வருவதாக உலகின் மிகப் பெரிய விமானத் தயாரிப்பு நிறுவனமான போயிங் தெரிவித்துள்ளது. அந்தத் தொழில்நுட்பத்தின் அடிப்படைக் கட்டமைப்பு ஏற்கெனவே உள்ளது என்று போயிங் விமான நிறுவனத்தின் தயாரிப்பு மேம்பாட்டிற்கான துணைத் தலைவர் மைக் சின்நெட் தெரிவித்திருக்கிறார்.

ஆனால், சுயமாகப் பறக்கின்ற இத்தகைய விமானங்கள் கடினமான பாதுகாப்பு தரக்கட்டுப்பாடுகளுக்கு ஏற்ப தயாரிக்கப்பட வேண்டும். அவசரமாகத் தரையிறங்குவதை இத்தகைய விமானங்கள் நிறைவேற்றுமா என்பது தெளிவாகவில்லை என்று அவர் கூறியுள்ளார். ஆண்டுதோறும் நடைபெறும் முக்கியமானதொரு வணிக விமானத் தயாரிப்புத் தொழில்துறையின் நிகழ்வான பாரிஸ் விமானக் கண்காட்சியை முன்னிட்டு நடத்தப்பட்ட

விமானியில்லாமல் இயங்குமா பயணியர் விமானம் ?

ஊடகச் சந்திப்பில் பேசுகின்றபோது சின்நெட் இதனைத் தெரிவித்தார்.

சமீபத்திய ஆண்டுகளில், விமானங்கள் மேலெழுவதை, வேகமாகப் பறப்பதை, தரையிறங்குவதை வழக்கமாகக் கையாளுகின்ற விமான ஊழியர்கள் கணினிகளோடு விழுந்த சம்பவங்கள் பல நிகழ்ந்துள்ளன.

இந்த நூற்றாண்டில் தான்ஆளில்லா விமானங்களைப் பற்றிய சிந்தனை நமக்குத் தோன்றுகிறது. அதைச் செயல்படுத்துவதில் எத்தனை நடைமுறைச் சிக்கல்கள் இருக்குமோ அது கடவுளுக்கே வெளிச்சம்.. ஆனால் இது குறித்து சங்க இலக்கியங்களுள் ஒன்றான புறநானூறு வலவன் ஏறா வானவூர்தி என்று பைலட் இல்லாத விமானத்தை சிந்தனை செய்து ஏறத்தாழ இரண்டாயிரம் ஆண்டுகளுக்கு முன்னால் சொல்லி இருக்கிறதே ? அது எப்படி ?

சங்க இலக்கியமான புறநானூறில் வரும் பாடல் ஒன்றைக் கீழே பாருங்கள். உறையூர் முதுகண்ணன் சாத்தனார் அவர்களால் சோழன் நலங்கிள்ளியைப் புகழ்ந்து பொதுவியல் திணையில் பாடப்பட்ட பாடல் இது.

சேற்று வளர் தாமரை பயந்த, ஒண் கேழ்,
நூற் றிதழ் அலரின் நிறை கண் டன்ன,
வேற்றுமை 'இல்லா விழுத்தினைப் பிறந்து,
வீற்றிருந் தோரை எண்ணுங் காலை,
உரையும் பாட்டும் உடையோர் சிலரே;
மரைஇலை போல மாய்ந்திசினோர் பலரே:
'புலவர் பாடும் புகழுடையோர் விசும்பின்
"வலவன் ஏவா வான ஊர்தி"
எய்துப என்ப, தம் செய்வினை முடித்து' எனக்
கேட்பல்; எந்தை! சேட்சென்னி! நலங்கிள்ளி!
தேய்தல் உண்மையும், பெருகல் உண்மையும்,
மாய்தல் உண்மையும், பிறத்தல் உண்மையும்,
அறியா தோரையும், அறியக் காட்டித்,
திங்கட் புத்தேள் திரிதரும் உலகத்து,
வல்லார் ஆயினும், வல்லுநர் ஆயினும்,
வருந்தி வந்தோர் மருங்கு நோக்கி,

அருள வல்லை ஆகுமதி; அருளிலர்
கொடா அமை வல்லர் ஆகுக;
கெடாஅத் துப்பின்நின் பகைஎதிர்ந் தோரே.

(புறநானூறு - 27)

புறநானூற்றுப் பாடல் விமானி இல்லாமல் ஓடும் விமானத்தைப் பற்றிய தகவலைத் தருகிறது. அந்தக் காலத்தில் ராமர் ஏறிய விமானம் மனத்தின் கட்டளையைக் கேட்டுப் பறந்ததாக அறிகிறோம். இது நம்மை ஆச்சரியத்தின் உச்சத்திற்கே கொண்டு செல்லும் தகவலாக அல்லவா இருக்கிறது.

ராவணனின் புஷ்பக விமானம் எண்ண அலைகளால் பறந்ததாக வான்மீகி ராமாயணம் குறிப்பிடுகின்றது. நினைத்த மாத்திரத்தில் பறக்க வல்லது என்றும், மனோவேகத்தில் செல்லக்கூடியது என்றும், இராமாயணம் குறிப்பிடுகின்றது. இது உண்மையாக இருக்குமோ என்ற சந்தேகத்தில் ஆராய்ச்சிகள் மேற்கொள்ளப்பட்டன. அதிசயப்படும் விதமாக ராமாயணத்தில் சொல்லப்பட்டது உண்மையாக இருந்ததைக் கண்டு அறிவியல் அறிஞர்கள் ஆச்சரியத்தில் மூழ்கினர்.

2013 ஆம் ஆண்டு அமெரிக்காவின் மினசோட்டாப் பல்கலைக் கழகத்தில் நிகழ்ந்த ஆய்வு ஒன்றில் மாணவன் ஒருவன் தனது தலையில் "எலக்ட்ரோட்ஸ்" இணைக்கப்பட்ட தலைக் கவசத்தை அணிந்து கொண்டு " விமானமே பற, விமானமே திரும்பு, விமானமே இறங்கு " எனப் பல கட்டளைகளை மனத்தால் நினைத்த மாத்திரத்தில் மூளையில் இருந்து கிளம்பிய எண்ண அலைகள் தலைக் கவசத்தில் உள்ள இணைப்புகள் மூலம் அனுப்பப்பட மாதிரி விமானம் தானாகப் பறக்கிறது என்று நிரூபித்தான். இந்த நிகழ்வானது இராமாயணத்தில் சொல்லப்பட்ட இராவணனின் புஷ்பக விமானத்துடன் ஒத்துப் போவதை நான் வியந்து பார்க்கிறேன். இது குறித்து பின்னொரு கட்டுரையில் விரிவாகப் பார்க்கலாம்.

✪✪✪

11

அதுசரி. இது பழங்கால ஓடுதளமாக இருக்கலாமோ? என்று பார்ப்பவர்கள் மூக்கின் மேல் விரல் வைக்கும் சான்று ஒன்றைப் பார்ப்போமா ?

அருகில் இருக்கும் படத்தைப் பார்த்தால் உங்களுக்கே புரியும். அந்தப் பெரிய மலைச் சிகரங்கள் அழகாகத் தட்டி, தட்டையாக்கி விமானம் தரையிறங்கத் தேவையான நீளம், அகலம் என்று மிகத் தெளிவாக ஒரு விமான ஓடுதளத்தையே உருவாக்கியிருக்கிறார்கள்.

இது தானாக உருவானதல்ல என்று புவியியல் ஆய்வாளர்கள் உறுதியாகக் கூறுகிறார்கள். அப்படியானால் யார் இதனைச் செய்திருப்பார்கள்? இங்கே வாழ்ந்த பண்டைய மக்களா? எதற்காகச் செய்தார்கள்? அவர்கள் கடவுள் (வேற்றுக்கிரகவாசிகள்) இங்கே தரையிரங்கியிருப்பாரோ? ஒருவேளை அவர்கள்தான் இந்த விமான ஓடுதளத்தை நிறுவியிருப்பார்களோ? அப்படியானால் உலகின் பழமையான விமான ஓடுதளம்

உலகின் மிகப் பழமையான விமான ஓடுதளம்

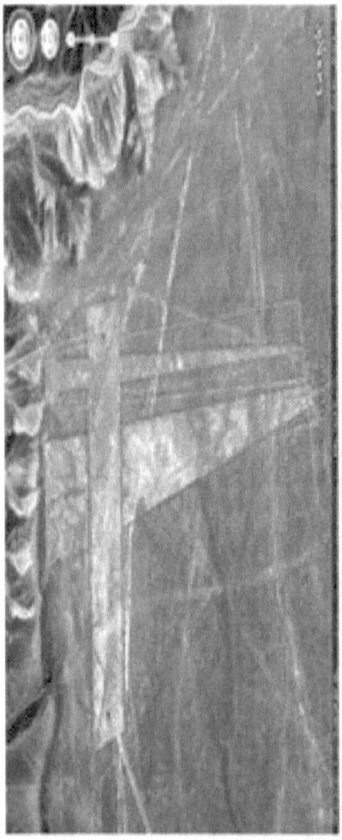

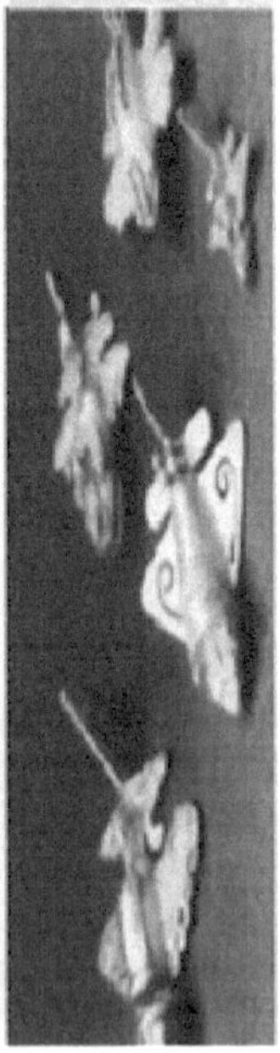

இதுவாகத்தான் இருக்க வேண்டும்.

அப்படியானால் விமானக் கண்டுபிடிப்பைப் பற்றிய நமது வரலாறு மாற்றியமைக்கப்படவேண்டும். ஏனெனில் விமான ஓடுதளம் விமானத்திற்காகத்தானே உருவாக்கப்பட்டிருக்க வேண்டும்.

பண்டைய காலத்திலேயே விமானங்கள் பற்றியச் செய்திகளை நம் முன்னோர்கள் விட்டுச் சென்றுள்ளார்கள் .

தங்க விமானங்கள்

மகாபாரதத்தில் தங்கத்தினாலான விமானங்கள் பற்றிய குறிப்புக்கள் உள்ளன. அதற்குச் சற்றும் குறைவில்லாத விதத்தில் இங்கே தென் அமெரிக்காவில் அவற்றின் மாதிரிகளைப் போன்ற பொருட்கள் கிடைத்திருக்கின்றன. இது ஆச்சரியமான உண்மை.

தென் அமெரிக்காவில் 2" நீளம் கொண்ட தங்கத்தால் ஆன சில பொருட்களை ஆய்வாளர்கள் கண்டறிந்தார்கள். இதன் சரியான காலத்தைக் கணிக்க முடியாவிட்டாலும் குறைந்தது 1000 வருடங்களுக்கு மேல் பழமையானது என்பது மட்டும் உறுதி.

இதில் ஆச்சர்யம் என்னவென்றால் அவைகளில் சில பார்ப்பதற்கு இன்றைய நவீன விமானங்களின் உருவத்துடன்

ஒத்துப்போகிறது. விமானத் தொழில்நுட்பவியலாளர்கள் 1997ல் இதன் அளவுகளை அப்படியே பெரிதாக்கி செயல்பாடுகளை ஆராய்ந்தார்கள். எஞ்சின் மற்றும் ஏனைய அத்தியாவசியப் பொருட்களை இணைத்தால் இது விமானத்திற்கான சரியான வடிவம்தான் என்று கூறினார்கள்.

ஆனால் இதை மறுப்பவர்களும் உண்டு, அவை விமானத்தின் வடிவம் அல்ல, பறவை அல்லது மீனின் வடிவம் என்று கூறுகிறார்கள். இப்படி இதனை ஏற்க மறுப்பவர்களும் வாயடைத்துபோகும் ஆதாரம் தான் எகிப்தில் கிடைத்தது.

✪✪✪

12

எகிப்தில் உள்ள ஒரு கோவில் சுவரில் இருக்கும் கல்வெட்டில் ஹெலிகாப்டர், போர்விமானம், உளவு விமானம், நீர்முழுகிக் கப்பல், பறக்கும் தட்டு என்று நம்மைப் பைத்தியமாக்கி விடும் அளவில் தெளிவாகச் செதுக்கியிருக்கிறார்கள். அட போங்கப்பா இதெல்லாம் டூப்பு என்று சொல்லவே முடியாது. நீங்களே இந்தப் படங்களைப் பார்த்தால் தெரிந்து கொள்ளமுடியும்.

ஆகாயத்தில் செல்லும் விண்கலம், அதன் உள்ளே படுத்த நிலையில் இருக்கும் மனிதன். மற்றொரு மனிதரின் விண்வெளி உடைகள். தலையில் உள்ள கவசம். ஆண்டெனா மற்றும் வயர்லெஸ் கருவிகளின் சுவடுகள். இத்யாதி இத்யாதி என்று நம்மைப் பிரமிக்க வைக்கிறது இந்த உருவங்கள்.

நவீன அறிவியலுக்கும் இதற்கும் வெகுதூரம். அப்படி இருக்க இவ்வளவு கச்சிதமாக விண்வெளிவீரர் உருவத்தை எப்படி

கல்வெட்டில் விண்கலங்கள்

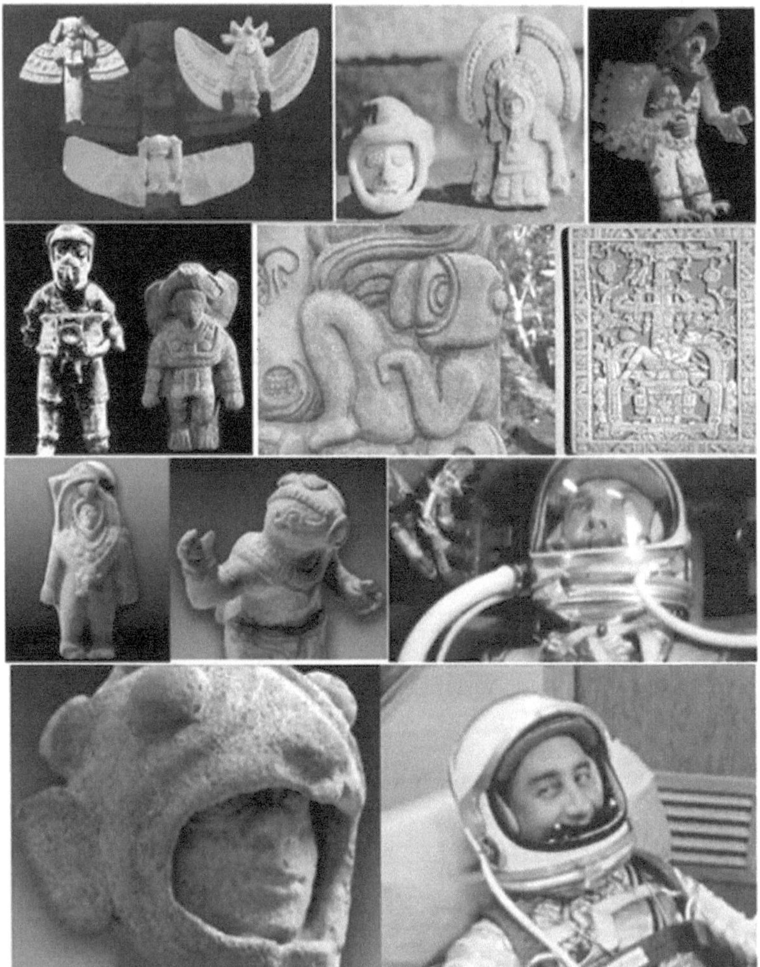

இவர்களால் உருவாக்கியிருக்க முடியும். தலைக்கவசம், உடல்கவசம், முகத்தில் ஆக்ஸிஜன் மாஸ்க், பின்புறம் ஆக்சிஜன் சிலிண்டர் என்று மிகக் கச்சிதமாக உருவாக்கப்பட்டிருக்கிறது. இன்றைய விண்வெளிவீரர்களின் படத்துடன் ஒப்பிட்டு பார்க்கவும்.

மாயன் நாகரிக மக்களிடம் மனிதன் விண்வெளியில் பயணம்

செய்வதற்கான தொழில்நுட்பங்கள் கொடுக்கப்பட்டுள்ளன. அவர்களின் சிற்பக்கலையில் அதனைக் காணமுடிகிறது. ஒரு மனிதன் விண்வெளி ஓடத்தில் அமர்ந்திருப்பதைப் போல செதுக்கப்பட்டுள்ளது.

சுட்ட செங்கல்லும், உலர் பேட்டரிகளும்

சில ஆண்டுகளுக்கு முன்னால் மெசபடோமியாவில் அகழ்வாராய்ச்சிகள் மேற்கொண்ட போது சுட்ட செங்கற்களினால் கட்டப்பட்ட வீடுகளின் இடிபாடுகள் கிடைத்தன. இதில் இருந்து ஏறத்தாழ 4000 வருடங்களுக்கு முன்னால் வாழ்ந்த மனிதன் ஓரளவிற்கு வீடுகட்டுவதற்குத் தெரிந்து கொண்டிருந்தான் என்பதை அறிய முடிகிறது. இதுவே அதிசயமான தகவல்தானே ?

அது மட்டும் இல்லாமல் வேறொரு இடத்தில் சற்று ஆழமாகத் தோண்டியபோது ஒரு மின்சார உலர் பேட்டரியும், அறிவியலுக்குப் பயன்படும் படிகத்தினால் ஆன லென்சும் கிடைத்தன. இவைகள் இருபதாம் நூற்றாண்டில் தான் அறிவியல் அறிஞர்களினால் கண்டுபிடிக்கப்பட்டு நமக்கு அறிமுகப்படுத்தப்பட்டன என்பதை நாம் அனைவரும் அறிவோம். உண்மை நிலை இப்படி இருக்க, பல ஆயிரம் வருடங்களுக்கு முன்னால் வாழ்ந்த மக்கள் இந்தக் கருவிகளை எப்படி அறிந்திருந்தார்கள் என்பது ஆச்சரியப்பட வைக்கிறது. இந்தக்கருவிகள் கிடைத்திருக்கிறது என்றால் இவற்றை அவர்கள் அன்றாட வாழ்க்கையில் உபயோகித்து இருக்கிறார்கள் என்று தானே பொருள்.

நாகரிகமற்ற நிலையில் காய் கிழங்குகளையும், வேட்டையாடிய விலங்குகளையும் சாப்பிட்டுக் கொண்டிருந்த ஒரு இனம் திடீரென்று அறிவின் உச்சத்தை அடைந்து, அறிவியல் கருவிகளைப் பயன்படுத்தி இருப்பது எப்படி? இது தான் அயல்கிரகத்தினரின் உபயம் என்பது.

அவர்கள் இந்தக் கிரகத்துக்கு வந்தபோது உபயோகித்த கருவிகளே அவைகள் என்பதே ஆராய்ச்சியாளர்களின் நம்பிக்கை.

எதையாவது நீங்க சொன்னால் நாங்க நம்பணுமா? என்று கேட்கும் சந்தேகப் பிராணிகளுக்காகத்தான் இந்தப் படங்களைத் தந்திருக்கிறேன். உற்றுப் பாருங்கள்; இவைகள் கோயில்களிலும், கட்டடங்களிலும் அந்தக் கால சிற்பிகளினால் செதுக்கப்பட்ட சிற்பங்கள். இந்தச் சிற்பங்கள் எதுபோல் இருக்கிறது? தற்காலத்தில் விண்ணில் பயணிக்கும் விண்வெளி வீரர்களின் உடைகள்போல் தெரிகிறதா? தலைக் கவசமும், உடல் கவசமும் அவர்கள் இந்தப் பூமியைச் சேர்ந்தவர்கள் அல்லர் என்று தெரிவிக்கிறது இல்லையா ?

விண்வெளி உடை அணிந்த சிற்பங்கள்

இந்த சிற்பத்தை உற்றுப் பாருங்கள். ஒரு விண்கலத்தில் இருந்து விண்வெளி வீரர் பூமிக்கு இறங்குவது துல்லியமாகத் தெரிகிறது . விண்வெளி உடை அணிந்த அவர் அந்தரத்தில் பறந்து கொண்டிருக்கிறார். சொல்லப்போனால் அவர் காற்றில் மிதக்கிறார். மரக்கிளையில் இருந்து ஒரு சிறிய இலை காற்றில் மிதந்து கொண்டே இறங்குவதைப் போல அவர் இறங்குகிறார். அவர் தாய்க்கலத்தோடு இணைக்கப்பட்டுள்ளதை வயிற்றைச் சுற்றிய கயிறு போன்ற அமைப்பு தெரிவிக்கிறது. அவரது காலணிகளை நோக்குங்கள். அது பிரத்தியேகமாகத் தயாரிக்கப்பட்டுள்ளது.

ஒரு சிற்பியோ அல்லது ஓவியனோ கற்பனை மூலமாக இப்படி ஒரு சிற்பத்தைச் செய்து காட்டிவிட முடியுமா? நேரில் பார்த்திருந்தால் ஒழிய நிச்சயமாக இத்தனை சிறப்பாக, நுணுக்கமான தகவல்களோடு இது போன்ற சிற்பங்களைச் செய்திருக்க முடியாது. ஆமாம் என்றால் அவர்கள் வானத்தில் இருந்து வந்த அபூர்வ புருஷர்களைப் பார்த்திருக்கிறார்கள், அவர்களோடு பழகி இருக்கிறார்கள், அவர்களது நடை உடை பாவனைகளைப் பார்த்துப் பார்த்து மனத்தில் பதிய வைத்திருக்கிறார்கள். இதன் காரணமாகத்தான் அவர்கள் இந்தப் பூமியை விட்டு மறைந்த பிறகும், அவர்களைத் தத்ரூபமாக சிற்பங்களாகவும், ஓவியங்களாகவும் செதுக்கி வைத்து நன்றிக்கடனைச் செலுத்தி இருக்கிறார்கள் என்பதைப் புரிந்து கொள்ள வேண்டும்.

மேலே இருக்கும் படத்தை உற்றுப் பாருங்கள். இது தற்காலத்தில் நாம் காணும் பறக்கும் தட்டைப் போல இருக்கிறதா? கீழே உள்ள படத்தில் வானத்தில் பறக்கும் பல்வகையான விமானங்கள், தற்கால ஹெலிகாப்டர்கள் போன்றவை செதுக்கப்பட்டுள்ளன. இவைகளை அந்தக் கால

மக்களுக்கு யாராவது சொல்லிப் புரியவைத்திருக்க முடியுமா? நேரடியாகப் பார்த்திருந்தால் மட்டுமே இதைப்போல நுணுக்கமாகக் கற்களில் செதுக்கமுடியும் அல்லவா?

நாகரிகம் இல்லாத அந்தப் பழங்குடி மக்களின் காலத்தில் இது போன்ற எந்திரங்கள் இருந்திருக்க வாய்ப்பு ஏதும் இல்லை. அப்படியானால் அவை எங்கிருந்து வந்தன ? யார் கொண்டு வந்தனர் ? நிச்சயமாக அயல்கிரகத்து மனிதர்கள் பூமிக்கு வந்திருக்கின்றனர். அவைகளை நேரில் பார்த்து பழகிய காரணத்தினால் தான்; அது போன்ற சிற்பங்களைச் செய்திருக்கிறார்கள் என்ற உறுதியான நம்பிக்கை நமக்கு ஏற்படுகிறது.. ராமாயண காலத்திலேயே (கிட்டத்தட்ட 17,000 வருடங்களுக்கு முன்பு) விமானங்கள் பயன்படுத்தப்பட்டன என்று ராமாயணத்தில் பார்த்தோம். அன்றைய இலங்கையை ஆண்ட இராவணன் இலங்கையிலிருந்து இந்தியா வருவதற்கோ, சீதையுடன் இலங்கைக்குத் திரும்பிச் செல்வதற்கோ இராவணன் எந்தச் சிரமமும் படவில்லை. ஆகாய மார்க்கமாக வந்து சென்றிருப்பதை இதிகாசம் தெரிவிக்கிறது. இராவணன் பயன்படுத்திய விமானம் சாதாரணமானது அல்ல, எந்த இடத்திலும் இறங்கவல்லது, செங்குத்தாக வேகம் பிடித்து பறக்கக்கூடியது.

உண்மையில் அந்தவகைத் தொழில்நுட்பம் இன்றுவரை நம்மால் கண்டறியப்படாத ஒன்று. ஆனால் நாம் இதையெல்லாம் கட்டுக்கதை, ஆரியர்களின் கற்பனை என்றெல்லாம் மட்டம் தட்டி நம்மை அறிவாளிகளாகக் காட்டிக்கொண்டு முன்னோர்களின் திறமையை அங்கீகரிக்கும் அளவுக்குக் கூட தகுதியற்றவர்களாக இருந்து வருகிறோம்.

நமது முன்னோர்களின் அறிவுத்திறமையை ஏன் சிலர் மறுக்கிறார்கள்? மிகச் சாதாரண காரணம். அதாவது தான் என்ற அகங்காரம். தன்முனைப்பு, ஆங்கிலத்தில் ஈகோ. மனிதர்களுக்கு இருப்பதைப் போலவே நாடுகளுக்கும் இந்த அகங்காரம் உண்டு. உலகத்திலேயே தலைசிறந்த அறிவாளிகள் நாங்கள் தான். அந்தப் பட்டத்தை இந்தியர்களுக்குவிட்டுக் கொடுக்க மாட்டோம் என்று மேற்கத்திய நாடுகள் வீண்ஜம்பம் பிடிக்கின்றன.

இருபத்தியோராம் நூற்றாண்டில் வசிக்கின்ற நாம் நிலவுக்கும் சூரியனுக்கும் விண்கலங்களை அனுப்பி வைத்திருக்கிறோம். ஆனால் 5000 ஆண்டுகளுக்கு முன்னால் வாழ்ந்தவர்களுக்கு அத்தனை அறிவுத்திறமை தொழில்நுட்பத்திறமை இருந்திருக்க நியாயமில்லை என்று வாதிடுகிறோம்.

இன்னும் இருபது நூற்றாண்டுகள் கழித்து வாழும் மனித இனம், இன்றைய நமது சாதனையை மதிக்காமல் போனால் என்ன செய்ய முடியும்? அதே நிலையில் தான் நாமும் இருக்கிறோம். அறிவும் திறமையும் எங்களுக்கு மட்டுமே சொந்தம், இது இந்தியர்களுக்கு இருக்க முடியாது என்ற ஆங்கிலேயர்களின் ஆணவமே இந்தியர்களின், விமான அறிவை புராணங்கள் என்ற போர்வைக்குள் வைத்து மறைத்து விடுகிறது. அவர்கள் சொல்வதே உண்மை; ஏன் என்றால் அவன் அதிகம் படித்தவன் என்ற எண்ணம் நம்மவர்களுக்கு இருப்பதால் இந்த அவலம் இன்று வரையில் அரங்கேறிவருகிறது. இந்த எண்ணம் மாறவேண்டும். நமது வெற்றிக் கொடியை உலக மேடையில் உயர்த்திப் பிடிக்க வேண்டும். அதற்கு உறுதுணையாகவும் ஆதாரமாகவும் இருக்கின்ற விவரங்களைக் கீழே பார்க்கலாம்.

✪✪✪

13

சமரங்கனா சூத்திரா 11ம் நூற்றாண்டில் "இராமச்சந்திர தீட்சிதர் என்பவரால் எழுதப்பட்டது என்பார்கள் இதில் வான வெளிக்கப்பல்கள் எப்படிச் செலுத்தப்பட்டன. அதன் அமைப்பு முறை ஆகியவை குறித்த தகவல்கள் இருக்கின்றன. மூன்று விதங்களில் வான்வெளிக் கப்பல்களைச் செலுத்த முடியும் என்கிறது அந்த நூல்.

1. கீழிலிருந்து (பூமியிலிருந்து) விண்ணை நோக்கிப் பறப்பது.

2. வானவெளியில் பல திசைகளில் பறப்பது.

3. மேலிருந்து (விண்ணிலிருந்து) கீழே இறங்குவது. (பூமி நோக்கி வருதல்)

சில வான்வெளிக் கப்பல்களில் சூரியமண்டலம் மற்றும் நட்சத்திரங்கள் வரை சென்றுவர முடியும் என்றும், இவை மிக வேகமாகச் செல்லக்கூடியவை என்றும்,

காற்று நிரம்பிய ரதங்கள்

அத்துடன் அவை பூமியிலிருந்து பறக்கும் போது அதன் ஒலி பூமியில் உள்ளவர்களுக்கு மிக மெல்லிதாகவே கேட்கும் என்றும் கூறப்பட்டுள்ளது.

இது நம்மை ஆச்சரியப்படுத்துகிறது.

காற்று நிரம்பிய ரதங்கள்

சனாதன விஞ்ஞான சமுத்தியா என்ற நூலை சி. வெங்கடரமணய்யா என்ற சமஸ்கிருதப் பேராசியர் எழுதி 1946 ஆம் ஆண்டு வெளியிட்டுள்ளார்.

இந்த நூலில் அவர் பலவிதமான எரிபொருட்சக்திகள், ரசாயனங்கள், தாவரவியல், பண்டைய தமிழகத்தின் எந்திரங்கள் ஆகியவற்றைப் பற்றிய தகவல்களைப் பல நூல்களில் இருந்து தொகுத்துத் தந்திருக்கிறார்.

ரிக்வேதத்தில் ஒரு ஸ்லோகம் காற்று நிரப்பிய ரதத்தைப் பற்றிப் பேசுகிறது. அதை வானவெளியில் விருப்பமான திசையில் செலுத்தலாம் என்கிறது.

இப்படிப்பட்ட காற்றினால் இயங்கும் ரதங்களில்

இரண்டடுக்கு அல்லது மூன்றடுக்குகள் கூட இருந்ததாக ரிக்வேதம் தெரிவிக்கிறது. இத்தனை விஞ்ஞான முன்னேற்றம் கண்ட இன்று கூட நம்மிடம் இரண்டடுக்கு விமானங்கள் இல்லை என்பது சற்று வியப்பான உண்மை.

இந்தக் காலத்தில் ஏற்பட்டுள்ள அறிவியல் முன்னேற்றம் இரண்டு அடுக்குகள் கொண்ட பேருந்து, படகு ஆகியவற்றை நமக்குத் தந்திருக்கிறது. அவைகள் இப்போது நமக்கு மிகச் சாதாரண விஷயம் ஆனால் பல ஆயிரக்கணக்கான வருடங்களுக்கு முன்னாலேயே நமது முன்னோர் இரண்டடுக்கு கொண்ட விமானங்களைப் பறக்க விட்டிருக்கின்றனர் என்பது பிரமிக்க வைக்கிறது. அப்படியென்றால் அவர்களுடைய விஞ்ஞானம் எந்த அளவிற்கு முன்னேறி இருக்கவேண்டும் என்று யோசித்துப் பாருங்கள்.

அந்தக்கால அரசர்களும், நிலச்சொந்தக்காரர்களும், உயர்பதவியில் இருப்பவர்களும் குதிரைகளினால் இழுக்கப்பட்ட ரதங்களைப் பயன்படுத்தி வந்தனர். ஆனால் மின்சாரத்தினால் இயங்குகின்ற குதிரைகள் பூட்டாத ரதங்களைப் பற்றியும், ஆகாய விமானங்களைப் பற்றியும் விவரங்கள் ரிக்வேதத்தில் இருக்கின்றன. பண்டைய இந்தியர்கள் காற்றில் பறக்கும் வாகனங்களை விமானம் என்ற பெயரில் குறித்திருக்கிறார்கள்.

✪✪✪

14

நமது ராமாயணத்திலும் மகாபாரதத்திலும் விமானங்களைப் பற்றிய குறிப்புக்கள் வருகின்றன. ராமாயணத்தில் இலங்கையின் அரசனான ராவணனுக்கு குபேரன் வைத்திருந்த புஷ்பக விமானத்தின் மீது ஆசை இருந்தது. அதை எப்படியாவது தனக்குச் சொந்தமாக்கிக் கொள்ள முடிவு செய்து குபேரனோடு போர்தொடுத்து அவனது விமானத்தைக் கைப்பற்றிக் கொண்டான். அந்த விமானத்தில் ஏறி பல நாடுகளுக்கும் சென்று அந்த இடங்களை வெற்றி கொண்டு தன் ஆட்சி நடக்கும்படியாகச் செய்தான்.

அந்தரத்தில் நிற்கும் விமானம்

இராமாயணத்தில் ராவணன் பயன்படுத்திய விமானம் சற்று வித்தியாசமானதாக அதிகத் தொழில்நுட்பம் நிறைந்ததாகத் தோன்றுகிறது.

அனுமான் இலங்கையில் ராவணனுடைய அரண்மனைக்குள் நுழைந்து சீதையைத் தேடிவருகிறான். அப்போது அரண்மனை வளாகத்தில் ஒரு விமானம் அந்தரத்தில்

அந்தரத்தில் நிற்கும் ராவணன் விமானம்

நிற்கிறது, அதற்குக் கீழே எந்தவிதமான ஆதாரமும் இல்லை. அது தான் புஷ்பக விமானம், அனுமன் அந்த விமானத்தின் அருகே வந்து பார்த்தான் என்று சொல்லப்பட்டுள்ளது.

இதிலிருந்து விமானத்தை யாருமே இயக்காமலும், எந்த ஒன்றின் துணையில்லாமல் வானத்தில் அந்தரத்தில் நிறுத்தும் கலையை அவர்கள் கற்றிருந்தனர் என்ற உண்மையை அறிய முடிகிறது. இது அறிவியலின் உச்சகட்ட சாதனை என்பதில் சந்தேகமில்லை. ராவணன் உபயோகித்த புஷ்பக விமானம் நினைத்த இடத்திற்குப் பறந்து போகக்கூடிய சாதாரண விமானம். அவன் மகன் இந்திஜித் உபயோகித்தது மிக வேகமாகப் பறக்கக்கூடிய ஜெட்வகை போர்விமானம். கிஷ்கிந்தை வாசிகள் உபயோகித்தது மேலிருந்து கீழ் நோக்கி காற்றில் சறுக்கி இறங்கும் கிளைடர் விமானவகை.

ராமாயணத்தில் வான்மீக மகரிஷி 19 இடங்களில் வானத்தில் பறக்கின்ற விமானங்களைக் குறித்து பேசுகிறார். தற்காலத்தில் சிலர் ராமாயணத்தை எழுதிய வான்மீகியின் கற்பனையே இந்த விமானங்கள் என்று தடாலடியாகப் பேசியும் எழுதியும் வருகிறார்கள்.

கண்கவரும் விமானங்கள்

உப்பரிகையில் இருப்பதை விட, வானத்தில் பறக்கும் வாகனத்தில் இருப்பதை விட கற்புடைய பெண்ணுக்கு கணவனின் காலடியே பாதுகாப்பு தரும். அயோத்தியா காண்டம் 27 சர்க்கம்.

ராமன் வசிக்கும் அரண்மனைக்குள் நுழைந்த போது

சுமந்திரர் அந்த அறை ஆகாயத்தில் தவழ்ந்து செல்லும் தெய்வீக ரதத்தின் அமைப்பில் இருப்பதைக் கண்டார் .

அந்த மாளிகை மலையின் உச்சியில் இருக்கும் நகராத மேகத்தைப் போல காட்சி அளித்தது. அதில் உள்ள அறைகள் சொகுசான தெய்வ ரதங்களைத் தோற்கடித்தது. அந்த அறையின் சுவர்களில் முத்தும், பவழமும், பலவகையான ஜொலிக்கும் ரத்தினங்களும் இழைக்கப்பட்டிருந்தன. ஆயிரக்கணக்கான நவரத்தினங்களைத் தனக்குள் வைத்திருக்கும் கடலுக்குள் ஒரு மிகப் பெரிய முதலை நுழைவதைப் போல அவர் அந்த அறைக்குள் நுழைந்தார். - அயோத்தியா காண்டம் 15 சர்க்கம்.

பர்ணசாலையில் தர்ப்பைப்புல்லின் மீது அமர்ந்திருக்கும் ராமபிரானையும், சீதையையும் கண்ட பரதன் திடுக்கிட்டான். அயோத்தியின் சக்கரவர்த்தியாகிய ராமனும், அவனுடைய பட்டத்தரசியுமான சீதையும் இது போன்ற ஒரு படுக்கையில் படுத்து எப்படி உறங்குவார்கள். அவர்கள் இதுநாள்வரையில் ஆகாயத்தில் செல்லும் கடவுளின் ரதம் போன்ற அறைகளில் அன்னத்தின் மெல்லிய இறகு பொதிந்த பஞ்சணையில் படுத்து உறங்கினவர்களாயிற்றே.

இராவணன் விமானம்

இலங்கையில் சீதையைத் தேடும் பொருட்டு சென்ற ராமதூதனாகிய அனுமன், ராவணனின் மாளிகைக்குள் நுழைந்ததும் புஷ்பக விமானத்தைக் கண்டான். அந்த விமானம் ராவணனது அரண்மனையைப் போல அத்தனை விசாலமானதாக இருந்தது. அதில் பலவகையான மணிகள் இழைக்கப்பட்டு ஜொலித்தது. அது நீண்ட தொலைவு சத்தம் இல்லாமல் பறக்கும் ஆற்றல் உடையது. இந்த புஷ்பக விமானம் மற்ற எல்லா வகையான விமானங்களையும் விட தலைச் சிறந்தது. சுந்தர காண்டம்.

இந்த விமானம் தெய்வீக சக்திகள் படைத்தது. இது சீதையே உன்னை உட்கார அனுமதிக்கிறது என்பதால் ராம லட்சுமணர்கள் போரில் இறக்கவில்லை என்பதை நீ அறிந்து கொள். அவர்கள் இறந்து விட்டதாக உன்னை நம்ப வைக்க

அசுரர்கள் செய்யும் மாயமே இது. இந்தத் தெய்வீக விமானம் சுமங்கலிகளைத் தவிர விதந்துகளை ஏற்காது. ஆகவே உன் கணவரான ஸ்ரீ ராமபிரான் நலமாக இருப்பதில் சந்தேகமே இல்லை. கவலை கொள்ளாதே என்று கூறி திரிஜடை, வருத்தத்தில் கண்ணீர் விட்டுக் கலங்கி அழுத, சீதையைத் தேற்றினாள் என்றும், காற்றை விட, எண்ணங்களை விட வேகமாகச் செல்லும் ஆற்றல் படைத்த அந்தப் புஷ்பக விமானம், அவர்களைச் சுமந்து கொண்டு மீண்டும் இலங்கைக்குத் திரும்பியது என்றும் ராமாயணம் தெரிவிக்கிறது.

விமானம் குறித்து ராமாயண மகா காவியத்தில் வால்மீகி மகரிஷி தந்திருக்கும் குறிப்புக்கள் இவை. கற்பனை என்றே வைத்துக் கொண்டாலும், அவருக்குப் பின்னர் தோன்றிய ஆயிரக்கணக்கான எழுத்தாளர்கள் ஏன் அது போன்ற விமானங்களைக் குறித்து எழுதவில்லை என்ற கேள்வி எழுகிறது. அந்தக் கவிஞர்களுக்கு கற்பனை வளம் போதவில்லையா? என்று கேட்கத் தோன்றுகிறது.

உண்மை என்னவென்றால் வான்மீகி மகரிஷி அந்தக் காலத்தில் வானத்தில் பறந்த எந்திரங்களைப் பார்த்திருக்கிறார். அதனால்தான் அவற்றை தனது இதிகாசத்தில் எழுதி இருக்கிறார். அதில் சில விஷயங்கள் கற்பனையாக இருக்கலாமே தவிர,

முற்றிலுமே பொய் என்று தள்ளுவது அறிவுடைமையாகாது என்று சில அறிஞர்கள் கருத்து தெரிவிக்கிறார்கள்.

மயன் என்பவன் எழுதிய மயன்மதம் என்ற நூலிலும் அதன் விளக்க உரையிலும் வானஊர்தியைப் பற்றியும் அவைகளின் அமைப்புமுறை பற்றியும் குறிப்பிடப்பட்டுள்ளது. இந்த வகையில் புஷ்பக விமானம் என்பது நினைத்த இடத்திற்கு அழைத்துச் செல்லுகின்ற விமானம் போன்ற வாகனமாகும். பொதுவாக குபேரனின் வாகனமாக அறியப்படும் இது தேவ தச்சராகிய விசுவகர்மாவினால் செய்யப்பட்ட ஆகாய விமானம் என்பது இந்துமத நம்பிக்கை ஆகும், இதை குபேரனுக்கு பிரம்மதேவர் அளித்தார். குபேரனிடமிருந்து இராவணன் இதை அபகரித்தான்.

இந்த விமானத்திலே சீதையை மண்ணோடு பெயர்த்து இராவணன் கவர்ந்து சென்றான். தனது பட்டாபிஷேகம் முடிந்த பிறகு இதை குபேரனிடம் அனுப்பி வைத்தார்.

நினைத்த இடத்திற்கு அழைத்துச் செல்லுகின்ற விமானம் போன்ற வாகனமாகும். . பொதுவாக குபேரனின் வாகனமாக அறியப்படும் இது தேவ தச்சராகிய விசுவகர்மாவினால் செய்யப்பட்ட ஆகாய விமானம் என்பதால் இதை குபேரனிடம் அனுப்பி வைத்தார்.

வால்மீகி ராமாயணத்தில், யுத்த காண்டத்தில், ஸ்ரீராமரின் விமானம் பற்றிய ஒரு தகவல் வருகிறது. இதுவரை புரியாதிருந்த இவ்விஷயம் இப்போது வெளியான அறிவியல் செய்தியால் நன்கு விளங்குகிறது. பரத்வாஜ மஹரிஷி சம்ஸ்கிருதத்தில் எழுதிய வைமானிக சாஸ்திரம் ''விமானம் செய்வது எப்படி?'' என்று கூறுகிறது. ஆனால்

அவை எல்லாம் காற்றடைத்த பலூன் விமானங்களைப் போன்றவை. ராமரின் விமானமோ அதி நவீன விமானம். நினைத்த மாத்திரத்தில் பறக்கும், இறங்கும். இதை அமெரிக்கப் பல்கலைக்கழக ஆய்வாளர்கள் இப்போது செய்து காட்டியுள்ளனர்.

புஷ்பக விமானத்தின் வேகம்

ராவணனை வதம் செய்த ராம பிரான் உடனே அயோத்தி திரும்ப வேண்டும் என்று துடியாய்த் துடிக்கிறார். ஆனால் விபீஷணனோ கொஞ்சம் குளித்துவிட்டுப் போகலாமே. இதோ பாருங்கள் நறுமணப் பொருட்கள்; அதை உடலில் தேய்த்துவிட அழகான நங்கைகள் என்று கூறுகிறான். அப்படிபட்ட ஆடம்பர வேலைகளுக்கு நேரமில்லை என்று ராமன் கூறவே விபீஷணன் கூறுகிறான் (வால்மீகி ராமாயணம், யுத்த காண்டம், அத்தியாயம் 123)

“ஓ, ராஜனே, கவலைப்படாதீர்கள். குபேரனிடம் இருந்த புஷ்பக விமானத்தை என் அண்ணன் ராவணன் வலுக் கட்டாயமாகப் பறித்து வந்தான்; அது ஒரே நாளில் உங்களை

அயோத்தியில் சேர்த்துவிடும். அது வெள்ளை நிற மேகம் போல வண்ணமுடையது. சூரிய வெளிச்சத்தில் தக தக என்று மின்னும். பாதுகாப்பாகச் செல்லலாம்; நினைத்த மாத்திரத்தில் பறக்க வல்லது"

விபீஷணனின் கூற்றில் நான்கு முக்கிய விஷயங்கள் உள்ளன: 1.நினைத்த மாத்திரத்தில் பறக்கும், அதாவது எண்ண அலைகளால் பறக்க வல்லது, 2.வெள்ளி போல, அலுமினியம் போல, வெள்ளை மேகம் போல, நிறம் உடையது 3.பயப்பட வேண்டாம், பாதுகாப்பானது 4.ஒரே நாளில் அயோத்திக்குப் போகும் அளவு வேகமானது!!

இந்த 4 விஷயங்களும் இக்காலத்திலும் பொருந்தக் கூடியவை: வெள்ளி போல நிறம் மற்றும் பாதுகாப்பு; இப்போதும் விமானத்தில் ஏறி அமர்ந்ததும் மூச்சுவிடுவதில் சிரமமா ஆக்சிஜன் மாஸ்க் இருக்கிறது. எமர்ஜென்சியாக எங்கெங்கே வெளியேறும் கதவுகள் இருக்கின்றன. தண்ணீரில் இருந்து பாதுகாக்க லைப்ஜாக்கெட் என்று விவரமாக பாதுகாப்பு ஏற்பாடுகள் குறித்து விமானப்பணிப் பெண்கள் சைகை மூலமாகத் தெரிவிக்கின்றனர். அந்தக் காலத்தில் விபீஷணன் சொன்ன பாதுகாப்பு விஷயம் இன்று வரை நடைமுறையில் உள்ளது சற்றே நம்ப முடியாத வியப்புக்குரியது.

✪✪✪

15

தற்கால விமானம் போல உயர் ரக பெட்ரோல் ஊற்றினரா? அல்லது ஹைட்ரஜன் வாயுவால் பறந்ததா? என்று எல்லாம் கேட்போருக்கு இப்போது விடை கிடைத்துவிட்டது. லண்டன் 'மெட்ரோ' பத்திரிகையில் எண்ண அலைகளால் பறந்த ஹெலிகாப்டர் பற்றிய செய்தி ஜூன் 5ஆம் தேதி (05/06/2013) வெளியாகி இருக்கிறது. அமெரிக்காவில் மின்னசோட்டா பல்கலைக் கழக அறிவியல், பொறியியல் துறை செய்த ஆராய்ச்சியை ''ஜர்னல் ஆப் ந்யூரல் எஞ்சினீரிங்'' சஞ்சிகை வெளியிட்டுள்ளது.

volunteers send commands to the helicopter by thinking. Picture from Minnesota University, US

கல்லூரி வளாகத்தில் ஒரு மாடல் (மாதிரி) ஹெலிகாப்டர் செய்தனர். இதைப் பறக்கவைக்க சில ஆய்வாளர்கள் தங்கள் தலைகளில் ''எலெக்ட்ரோட்ஸ்''களைப் பொருத்திக் கொண்டனர். நாம் பொம்மை விமானத்தைப் பறக்கச் செய்யும் ''ரிமோட் கண்ட்ரோல்''

ஸ்ரீ ராமர் விமானம் எப்படிப் பறந்தது?

கருவிகள் எதையும் பயன்படுத்தவில்லை. அதற்குப் பதிலாக ''விமானமே பற, விமானமே இறங்கு, வலது பக்கம் போ, இடது பக்கம் போ'' என்று மனதில் நினைத்தனர். மூளையில் இருந்து கிளம்பிய எண்ண அலைகள், எலெக்ட்ரோட்ஸ் மூலம் விமானத்துக்குச் செல்ல அதில் இருந்த கருவிகள் விமானத்தைப் பறக்க வைத்தன.

இதே தொழில் நுட்பத்தைப் பயன்படுத்தி எதிர்காலத்தில் ரோபோ எனப்படும் இயந்திர மனிதர்களை இயக்கமுடியும். விபத்துக்களில் சிக்கியோரை மீட்க இது உதவும். இன்னும் எவ்வளவோ அற்புதங்களைச் செய்ய முடியும்.

ராமபிரானின் விமானம் இலங்கையின் ஏதோ ஒருபகுதியில் இருந்த இலங்காபுரி நகரில் இருந்து 3000 மைல்கள் பறந்து அயோத்திக்குப் போக ஒரே நாள்தான் ஆனது! மேலும் 3000 ஆண்டுகளுக்கு முன் விமானங்கள் பகல் நேரத்தில் மட்டுமே பறந்திருக்கும். ஆக, 12 மணி நேரத்துக்குள் 3000 மைல் பறந்தார் ராமர்! இப்பொழுதைய விமானங்கள் சராசரியாக மணிக்கு 500 முதல் 600 மைல்கள் செல்லுகின்றன.

ராமபிரான் விமானத்தில் கருவிகள் இருந்தனவா? அவை என்ன? என்பதை நாம் அறியோம். ஆனால் எண்ணத்தினால், நினைத்த மாத்திரத்தில் விமானங்களைப் பறக்கவைக்கமுடியும் என்பது நிரூபிக்கப்பட்டுவிட்டது. ஒருவேளை சில "பகுத்தறிவுகள்" இதை நம்ப மறுத்தாலும் இன்னும் பல விஞ்ஞானச் செய்திகள் வரும் வரை பொருத்திருக்கலாம். அதுவரை சிறந்த விஞ்ஞான புனைக்கதை எழுதிய பரிசையாவது வால்மீகி முனிவருக்கு அளிக்கலாம். உலகில் முதல் முதலில் நினைத்த மாத்திரத்தில் பறக்கும் ஏரோ பிளேன் பற்றி 2500 ஆண்டுகளுக்கு முன்னரே எழுதிவிட்டாரே!

நன்றி https://tamilandvedas.com

✪✪✪

16

மகாபாரதத்தில் விமானம் என்ற சொல் மண்டபங்கள், பலர் கூடும் சபைகள், பறக்கும் மாளிகைகள் மற்றும் நகரங்கள் என்ற பொருளில் ஆளப்பட்டுள்ளது. மண்ணுலகத்தில் இல்லாமல் வானத்தில் உள்ள மாளிகைகள், நம் கற்பனைக்கு எட்டாத வசதிகளோடும், ஆயுதங்களோடும், பல்வேறு வகையான உணவுப் பண்டங்களோடும் இருந்ததை மகாபாரதம் விஸ்தாரமாகத் தெரிவிக்கிறது. அந்தக் குறிப்புக்களில் முக்கியமானவற்றைச் சுருக்கமாகக் கீழே தருகிறேன்.

மகாபாரதம் சபா பருவத்தில் பலவகையான பறக்கும் மாளிகைகள் குறித்து அதியற்புதமான தகவல்களை நாரதர் தெரிவிக்கிறார்.

இந்திரனின் விமானம்

வைசம்பாயனர் சொல்கிறார், இந்திரனின் தேவலோக மண்டபம் பிரகாசம் நிறைந்தது. ஓ யுதிஷ்டிரா! அந்த மண்டபம் சூரியனின் பிரகாசத்தைக் கொண்டு இந்திரனாலேயே

பறக்கும் நகரங்கள், மாளிகைகள்

கட்டப்பட்டது. விரும்பிய இடங்களுக்கு எல்லாம் கொண்டு செல்லும் அந்த மண்டபம், நூற்று ஐம்பது யோஜனை நீளமும், நூறு யோஜனை அகலமும் கொண்டதாக விளங்கியது.

அவனைத் தரிசனம் செய்வதற்காக அரசர்களும், தெய்வீக முனிவர்களும், வருணனும், மற்றுமுள்ள தேவர்களும் நெருப்புக்கு ஒப்பான தங்களுடைய தெய்வீக ரதங்களில் அந்த சபைக்கு வந்து கொண்டும் போய்க்கொண்டும் இருக்கிறார்கள். அவர்களுடைய ரதங்கள் மலர்களினாலும், பலதரப்பட்ட ஒளிவீசும் ஆபரணங்களினாலும் அலங்காரம் செய்யப்பட்டுள்ளன.

மேலும் இவர்களும் இன்னும் பல ஒப்பற்ற தவங்களைச் செய்த பிருகு முனிவரும், பிரம்மனுக்கு ஒப்பான சப்த ரிஷிகளும் சந்திரனின் ரதம் போன்ற தங்கள் தெய்வீக ரதங்களில் அங்கே வருகிறார்கள். இப்படிப்பட்ட சிறப்புக்களைக் கொண்டது நூறு அஸ்வமேத யாகங்களைச் செய்த இந்திரனின் சபா மண்டபம்.

இதற்கு அடுத்ததாக யமனுடைய விமானம் குறித்த தகவல்கள் வருகின்றன.

மிதக்கும் நகரம் - இது ஆகாயத்தில் காணப்படும் மிகப்பிரம்மாண்டமான நகரம் போன்ற அமைப்புடையது. யுதிஷ்டிரா தேவர்களினாலும், மனிதர்களினாலும், ரிஷிகளாலும் விரும்பப்படும் அத்தனை பொருட்களும் அங்கே இருக்கின்றன. அந்த மண்டபத்தைச் சுற்றி நிற்கும் மரங்கள் விரும்பும் கனிகளைக் கொடுக்கும் ஆற்றல் பெற்றவை. புனிதம் மிகுந்த பிரம்ம முனிவர்களும், மற்றோரும் காத்திருந்து விவஸ்வத்தின் மகனாகிய எமதருமனை வழிபடுகிறார்கள்.

யமதருமனின் சபாமண்டபம் - நீண்டகாலம் தவம் செய்து விஸ்வகர்மாவினால் நிர்மாணம் செய்யப்பட்டது. மகிழ்ச்சியை அள்ளித்தரும் அந்த மண்டபம் விருப்பப்படி எங்கும் செல்லும் தன்மை கொண்டது. மிகவும் அகலமானதாகவும், நானாவிதமான மணிகள் இழைக்கப்பட்டதாகவும், அதியற்புதமான பொருட்களைக் கொண்டதாகவும் இருந்தது.

இதற்கு அடுத்ததாக வருணதேவனின் சபாமண்டபம் பற்றி அதியற்புதமான வருணனை வருகிறது.

நாரதர் சொன்னார், ஓ யுதிஷ்டிரனே! வருணனின் தெய்வீகப் பிரகாசத்தில் நிகரற்றதாக விளங்கியது. நீள அகலங்களில் அதுவும் யமனின் சபைக்கு இணையாக இருந்தது. அது தேவதச்சனாகிய விஸ்வகர்மாவினால் அமைக்கப்பட்டது. அது ஜலத்திற்குள் கட்டப்பட்டதாகவும், அதியற்புதமான சக்திகள் படைத்ததாகவும், தங்கத்தினாலும், ரத்தினங்களினாலும் ஆன மரத்தினால் கட்டப்பட்டது.

குபேரனின் சபா மண்டபம் - வைஸ்ராவணனாகிய குபேரனின் சபாமண்டபம் நூறு யோஜனை நீளமும், எழுபது யோஜனை அகலமும் கொண்டது. அது ஆன்ம சக்தியாலேயே கட்டப்பட்டது. கைலாச மலையின் சிகரங்களுக்கு இணையான பிரகாசம் உடையது.

குஹ்யர்களினால் தாங்கப்படும் அந்த மாளிகை வானமண்டலத்தில் இணைக்கப்பட்டுள்ளது. தெய்வீகத் தச்சனால் உருவாக்கப்பட்ட அது தங்கத்தினால் செய்யப்பட்ட உயர்ந்த அறைகளைக் கொண்டது. மிகவும் அழகானது. வாசனைத் திரவியங்களினால் நறுமணம் கமழ்வது. வண்ணமயமான ரத்தினக்கற்கள் இழைக்கப்பட்டது. காற்றில் மிதந்து வரும் வெண்ணிறமான மேகங்களைப் போன்று அது மிதக்க வல்லது.

வானமண்டலத்தில் இணைக்கப்பட்டு நினைத்த இடத்திற்குச் செல்லக்கூடிய குபேரனின் நகரும் சபையை நான் பார்த்திருக்கிறேன் என்றார் நாரத முனிவர். இவை தவிர பறக்கும் ரதங்களான விமானங்களைப் பற்றிய ஏராளமான தகவல்கள் மகாபாரதத்தில் கொட்டிக் கிடக்கின்றன.

✪✪✪

17

ஆதி காலத்தில் பிரம்மா ஐந்து விமானங்களைப் படைத்தார். அவைகள் அழகானதும், பிரம்மாண்டமானதும் ஆகும். வைரஜா, கைலாசா, புஷ்பகா, மாணிகா மற்றும் திரிபஸ்தபா என்பவை அந்த விமானங்கள். இவைகளை முறையே வைராஜாவை பிரம்மனும், கைலாசத்தை சிவபெருமானும், புஷ்பக விமானத்தை குபேரனும், மணிகாவை எமதருமனும், திரிபிஸ்தபா என்ற விமானத்தை இந்திரனும் ஏற்றுக் கொண்டனர். இது தவிர வேறு பல விமானங்களும் சூரியன், வருணன் போன்ற தேவர்களின் உபயோகத்திற்காக உருவாக்கப்பட்டன.

இந்த விமானங்களை உருவாக்கியதோடு, இவைகளை நிறுத்தி வைப்பதற்கு உரிய அழகான, உறுதியான கட்டடங்களும், நகரங்களும் நிர்மாணிக்கப்பட்டதை மகாபாரதம் தெரிவிக்கிறது. மேலும் அந்த விமானங்களின் வடிவம் எப்படி இருந்தது என்பதையும் நாம்

மகாபாரதத்தில் விமானங்கள்

அந்த நூலின் மூலமாக அறிகிறோம்.

விமானங்களில் முதலாவதாகப் படைக்கப்பட்ட வைரஜா விமானம் செவ்வக வடிவத்தில் இருந்தது. கைலாச விமானம் வட்டமாகவும், புஷ்பக விமானம் செவ்வக வடிவத்திலும், இந்திரனின் விமானம் எண்கோண வடிவம் கொண்டும் காணப்பட்டது.

சிசுபாலனின் நண்பன் சால்வா கிருஷ்ணனின் துவாரகை மீது வானத்தில் இருந்து தாக்கியதாக பாகவதத்தில் ஒரு தகவல் இருக்கிறது. அவனது வானஊர்திக்கு சௌபம் என்பது பெயர். இந்த விமானத்தில் இருந்து பல குட்டி விமானங்கள் வெளியே வீசப்பட்டன, அது மட்டும் அல்ல இரும்பினால் செய்யப்பட்ட அந்த விமானம், எதிரிகளின் மீது தாக்குதல் நடத்திய உடன் மறைந்து விடும் விதமாகவும் அமைக்கப்பட்டு இருந்தது.

சால்வனின் விமானம் - மன்னர் மன்னா சௌபத்தின் தலைவன் சால்வன் பெரும்படையுடன் எங்கள் நகரத்தை நோக்கி வந்தான். அவனது நால்வகைப் படைகளும் எறும்புப் புற்றுக்கள், தேவர்களுக்கு அர்ப்பணித்திருந்த கோயில்கள், புனிதமான மரங்கள் ஆகியவற்றைத் தவிர்த்து மற்ற எல்லா இடங்களிலும் நிரம்பி இருந்தன.

சௌபத்தின் தலைவன் சால்வன் அனைத்து விதமான ஆயுதங்களுடனும், யானைகள், பதாகைகள் கூடிய குதிரைப்படைகளோடும்,காலாட்படை வீரர்கள், பறவைகளின் தலைவனாகிய கருடனைப்போல வானத்தில் செல்லும் அற்புதமான ரதங்களில் வீரர்களோடும் துவாரகையை நோக்கி வந்தான் என மகாபாரதம் சால்வன் வைத்திருந்த சௌபம் என்ற விமானத்தை அல்லது பறக்கும் நகரத்தைப் பற்றிய அதியற்புதமான வருணனைகளைத் தருகிறது.

வனபர்வம் அத்தி 20

சால்வனுடன் கிருஷ்ணன் செய்த போர்

உலோகங்களினால் ஆன அந்தத் தேர் வானத்தில் இரண்டு யோஜனைக்கு அப்பால் இருந்தது. அதை எனது துருப்புக்

கண்களினால் காணமுடியவில்லை. ஆதலால் அவர்கள் என்னை தங்கள் கர்ஜனைகளினால் ஊக்கப்படுத்தியும், கைதட்டிக் கொண்டும் இருந்தனர்.

விலையுயர்ந்த உலோகங்களினால் ஆன அந்தத் தேரில் இருந்து ஓலம் எழுந்தது. எனது அம்புகள் அந்த அசுரர்களின் உடம்பில் பூச்சிகளைப் போல ஊடுருவி நின்றன. கணைகளினால் தாக்குண்ட அவர்கள் பெரும் சமுத்திரத்தினுள் விழுந்தனர். இது கடலுக்கு மேலே ஆகாயத்தில் நடந்த போர் விமானம் அந்தரத்தில் இருந்த போது ஸ்ரீ கிருஷ்ணரின் அம்புகள் பட்டு அசுரர்கள் விழுந்தனர் என்பதை இதன் மூலமாக அறிய முடிகிறது.

அவர்கள் என்னை நோக்கி கதாயுதங்களையும், கலப்பைகளையும், ஈட்டிகளைப் போன்ற கணைகளையும், இடிகளையும், சுருக்குக் கயிறுகளையும், அகலமான வாட்களையும், பீப்பாய்களில் இருந்து சீறிப்பாயும் உலோகக் குண்டுகளையும், தண்டங்களையும், ஏவுகணைகளையும் செலுத்தினார்கள்.

எங்களுக்குள் ஏற்பட்ட போரினால் அந்த இடம் ஒரு நேரம் குளிர்ச்சியாகவும், மறுநேரம் தாங்கமுடியாத வெப்பத்தோடும் இருந்தது. அங்கே நிலக்கரி, சாம்பல் மற்றும் அம்புகளின் மழை விடாமல் பொழிந்தவண்ணமே இருந்தன.

✪✪✪

18

அருச்சுனன் ஒப்பற்ற அஸ்திரமான பாசுபதாஸ்திரத்தை மிகவும் கடுமையான தவம் செய்து சிவபெருமானிடம் இருந்து பெற்றான். தன் மகனின் சாதனையைக் கண்டு தேவேந்திரன் மகிழ்ச்சி அடைந்தான், அவனை இந்திரலோகத்திற்கு அழைத்து கவுரவிக்க நினைத்தான், அருச்சுனனை அழைத்துவர தனது தேரை அனுப்பி வைத்தான்.

அந்த வெற்றியைப் பறைசாற்றும் விதமாக விஜயன் பறக்கும் வாகனத்தில் ஏறி தேவலோகம் சென்று அங்கே இந்திரனின் விருந்தினராகத் தங்கி மகிழ்ச்சி அடைந்தான். வேறு பல லோகங்களுக்கும் பறக்கும் வாகனத்தின் மூலமாகச்சென்றான் என்றகுறிப்பு உள்ளது.இது குறித்து விவரமாகத் தெரிந்து கொள்வோம்.

இந்திரனின் தேர் மேகங்களைப் பிளந்து கொண்டு, மேகங்கள் கர்ஜனையைப் போல ஒலி எழுப்பிக் கொண்டு, சுற்றுப்புறத்தை

விமானத்தில் விஜயன்

ஒளியூட்டிக் கொண்டு வந்தது. அந்தத் தேரை மாதலி செலுத்தி வந்தான். பயங்கர உருவத்திலான ஏவுகணைகள், இயந்திரங்கள் பொருத்தப்பட்ட சக்கரங்கள், தெய்வீக ஒளி வீசும் இறகுக்கணைகள், நெருப்பைக் கக்கும் பெரிய நாகங்கள் வெண்மேகங்கள் போன்ற கற்குவியல்கள் ஆகியவற்றோடு அத்தேர் வந்தது.

அது தங்க நிறம் கொண்ட பத்தாயிரம் குதிரைகளினால் இழுக்கப்பட்டு, காற்றின் வேகத்தில் பறந்தது. தேவர்களுக்குச் சொந்தமான அந்தத் தேரினை அருச்சுனன் கண்டான்.

சூரியனைப் போன்ற பிரகாசம் கொண்ட அந்தத் தெய்வீகத் தேரில் அருச்சுனன் ஏறிக் கொண்டு பயணம் மேற்கொண்டான். உலக மக்களின் கண்களுக்கு அவன் மறைந்த பிறகு இயல்புக்கு அதிகமான அழகுடைய ஆயிரக்கணக்கான தேர்கள் வானத்தில் பறப்பதை அவன் கண்டான்.

அந்த இடத்தில் நெருப்போ, சூரியனோ இல்லை. ஆனால் அது தருமத்தின் தண்ணொளியினால் பிரகாசித்தது. சந்திரன் இல்லாமலேயே குளிர்ச்சியாக இருந்தது.

அவன் இந்திரனின் பட்டணமான அமராவதியை அடைந்தபோது, நினைத்த இடத்திற்கு விரைவாகச்

செல்லக்கூடிய ஆயிரக்கணக்கான தெய்வீகத் தேர்கள் சரியான இடங்களில் நிறுத்தப்பட்டிருப்பதைக் கண்டான். அதோடு அனைத்து திசைகளிலும் அவ்வகையான பத்தாயிரம் தேர்கள் நகர்ந்து கொண்டிருப்பதையும் பார்த்தான்.

கூட்டமாக வந்த தேவமங்கையர்கள், அப்ஸரஸ்கள் ஆகியோர் அவனைத் தொடர்ந்து இந்திரனின் சபையை நோக்கி தங்கள் வானரதத்தில் வந்ததை அருச்சுனன் பார்த்து வியந்தான்.

மற்றும் பல இடங்களிலும் வானத்தில் பறந்து செல்லும் கோட்டைகள், நகரங்கள், விமானங்கள் பற்றிய குறிப்புக்கள் ஏராளமாகக் கிடைக்கின்றன.

தேவகன்னியர்களைப் போலவே மருத்து சகோதரர்கள் மற்றும் பலரும் நகரும் வானரதங்களில் அருகருகே செல்வதை அருச்சுனன் கண்டான். அவன் இந்திரனின் தேரோட்டியான மாதலியைப் பார்த்து, நீ என்னை அவர்கள் அருகே கொண்டு செல், மேலும் பல வானரதங்களை நான் பார்ப்பதற்கு ஆவலாக இருக்கிறேன் என்றான்.

இவ்வாறு மகாபாரதத்தின் வன பர்வத்தில் மேலும் ஆச்சரியமூட்டும் ஆகாய விமானங்களைப் பற்றிய பல தகவல்கள் கிடைக்கின்றன.

அலங்கார விமானங்கள்

அந்த விண்வெளிக் கப்பல்கள் மிக அழகான முறையில். அன்னப்பறவை போலவும், தாமரை மலரைப் போலவும் அலங்காரம் செய்யப்பட்டு கண்ணைக் கவரும் ஒளிமிகுந்த மணிகளினால் இழைக்கப்பட்டிருந்தன.

நிவாதகவசர்களைப் போரில் வென்ற அருச்சுனன், இந்திரலோகம் திரும்பி வருகிறான். ஆகாய மார்க்கமாக இந்திரனுடைய விமானத்தில் அவன் திரும்பி வரும் போது தேரோட்டி மாதலி பல அதியற்புதமான இடங்களை அவனுக்குக் காண்பிக்கிறான்.

அருச்சுனன் சொல்கிறான், நாங்கள் திரும்பி வரும்போது

சுதந்திரமாக நினைத்தவண்ணம் நகரும் தன்மை கொண்டதும், அந்தரத்தில் மிதப்பதும், பூமிக்குத் தொடர்பு இல்லாததும், நெருப்பைப் போலவும், சூரியனைப்போல பிரகாசமிக்கதும், பலம் வாய்ந்ததுமான ஒரு நகரத்தைப் பார்த்தேன்.

ஹிரண்யபுரம் என்று சொல்லப்படும் அதில் பௌலோமர்களும், காலகஞ்சர்களும் வசிக்கிறார்கள். அந்த வானநகரம் காலகேயர்களுக்காக பிரம்மதேவனே உருவாக்கியது. இங்கிருப்பவர்களை நோயோ முதுமையோ அணுகாது என்று மாதலி தெரிவித்தான்.

அருச்சுனன் மேலும் சொல்கிறான், நான் எனது சுடர்விட்டு எரிகின்ற பாணங்களினால் காலகேயர்களைப் பலமாகத் தாக்கினேன். அவர்களது தலைகளை நூற்றுக் கணக்கில் அறுத்தேன். அவர்கள் தங்கள் நகருக்குள் தஞ்சம் புகுந்து அங்கும் இங்கும் பறந்து சென்றனர். ஓ யுதிஷ்டிரரே! நான் அவர்களைத் தடுத்து நிறுத்தி என் பாணங்களினால் வழிகளை அடைத்தேன்.

தாங்கள் பெற்ற வரத்தின் ஆற்றலினால் நினைத்த இடத்திற்குப் பறந்து செல்லக்கூடிய அந்தத் தைத்தியர்கள் பூமியைச் சாராத, அந்த நகரம் சூரியனைப் போன்ற பிரகாசத்துடன் எங்கும் சுழன்று சுழன்று பறந்தது. ஒரு சமயம் அது பூமியை அடைந்தது, ஒரு சமயம் ஆகாயத்தில் பறந்தது. ஒரு சமயம் அது தண்ணீருக்குள் மூழ்கியது, ஒரு சமயம் அது நீர்ப்பறவையைப் போல நீர்ப்பரப்பில் பறந்தது.

அந்த நகரத்தை நான் கடுமையான எனது பாணங்களினால் தாக்கினேன். அதன் காரணமாக அந்த அசுர நகரம் பொடியாகி பூமியில் விழுந்தது. இதைக் கண்ட இந்திரனின் தேரோட்டியான மாதலி பெரிதும் மகிழ்ச்சி அடைந்தான்.

மேலே காட்டப்பட்ட குறிப்புக்களில் இருந்து மகாபாரதத்தில் விமானம் பற்றிய அரிய தகவல்கள் இடம் பெற்றிருப்பதைத் திட்டவட்டமாக அறிய முடிகிறது. இவைகளைக் கற்பனை என்று சாதாரணமாகப் புறம் தள்ளிவிட முடியாது.

மேலும் ஒரு தகவலைப் பார்ப்போம்.

வேள்வியில் அமர்த்தப்பட்ட மன்னன் (ஜனமேஜயன்), இதைக் கேட்டு மிகவும் கவலை கொண்டு, ஹோத்ரியைத் (சண்டபார்கவரைத்) தனது கடமையைச் செய்யத் தூண்டினான். அக்னி ஹோத்ரி, மந்திரங்களை உச்சரித்து, தெளிந்த நெய்யை நெருப்பில் விடும்போது இந்திரன் அங்கே தோன்றினான். அந்தச் சிறப்பு மிகுந்தவன், தேவர்கள் சுற்றிலும் நின்று போற்ற, மேகக் கூட்டங்களும், தேவலோகப் பாடகர்களும், தேவலோக நடன மாதர்களின் கூட்டங்களும் பின்தொடர தன் தேரில் தெரிந்தான்.

இதன் மூலமாக தேவேந்திரன் வானத்தில் தன் பரிவாரங்களுடன் தேரில் தோன்றி யாகத் தீயில் இடுகின்ற அவிசைப் பெறுவதற்கு வந்தான் என்பதைத்தான். இவ்வாறு பலவிதங்களிலும் வானத்தில் பறக்கின்ற யந்திரங்களைப் பற்றிய கற்பனை கலவாத தகவல்களை நாம் இதிகாசங்களில் இருந்து அறிகிறோம்.

✪✪✪

19

பாரத்வாஜரின் விமான சாஸ்திரம்

சப்த ரிஷிகளில் ஒருவரான பாரத்வாஜ மகரிஷி யந்திர சர்வஸ்வம் என்று ஒரு நூல் எழுதி இருக்கிறார். அது முழுக்க முழுக்க எந்திரங்களைப் பற்றியும், விமானங்களைப் பற்றியுமே பேசுகிறது. இந்த நூலில் பலவிதமான விமானங்களைப் பற்றியும், அவைகளைத் தயாரிக்கும் முறைகள் பற்றியும், அவைகளின் செயல்பாடுகள் பற்றியும் விவரித்து இருக்கிறார்.

இவரைப் போலவே வேறு பல ரிஷிகளும் விமானம் பற்றிய பல நூல்களை எழுதி இருக்கின்றனர்.

அகத்திய மகரிஷியின் சக்தி சூக்தம் என்ற நூலும்,

ஈஸ்வரர் என்பவரின் கௌதாமினி காலா என்ற நூலும்,

ஷக்காநந்தரின் வாயுதத்துவப் பிரகரணம் என்ற நூலும்,

நாரதரின் வைஸ்வான தந்திரம் மற்றும்

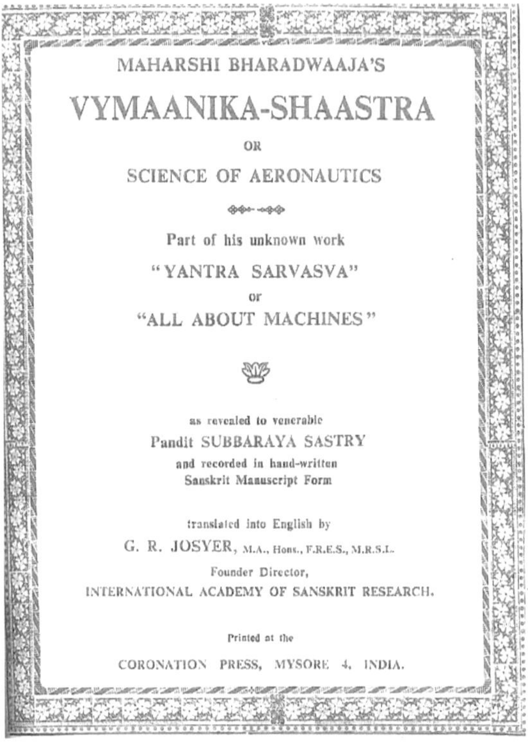

MAHARSHI BHARADWAAJA'S

VYMAANIKA-SHAASTRA

OR

SCIENCE OF AERONAUTICS

Part of his unknown work

"YANTRA SARVASVA"

or

"ALL ABOUT MACHINES"

as revealed to venerable

Pandit SUBBARAYA SASTRY

and recorded in hand-written

Sanskrit Manuscript Form

translated into English by

G. R. JOSYER, M.A., Hons., F.R.E.S., M.R.S.L.

Founder Director,

INTERNATIONAL ACADEMY OF SANSKRIT RESEARCH.

Printed at the

CORONATION PRESS, MYSORE 4, INDIA.

ஆகாச தந்திரம் ஆகிய நூல்களும் விமானங்களைப் பற்றியே தெரிவிக்கின்றன.

இவை தவிர நாராயண மகரிஷியின் விமானச்சந்திரிகா, யந்திரகல்பம் ஆகிய நூல்களும் நமது முன்னோர் பயன்படுத்திய விமானங்கள் அவற்றின் தொழில்நுட்ப ரகசியங்கள் ஆகியவற்றைப் பற்றி விரிவாக எடுத்துரைக்கின்றன.

யந்திர சர்வஸ்வம் நூலின் 24 ஆவது அத்தியாயம் விமானத்தைக் கட்டுமானம் செய்வது எப்படி என்பதைப் பற்றிய விவரங்களைத் தெரிவிக்கிறது. இந்தப் பகுதி எட்டு அத்தியாயங்களைக் கொண்டதாகவும், 1500 ஸ்லோகங்களைக் கொண்டதாகவும் இருக்கிறது. இந்தப் பகுதியில் 100 விதமான விவரங்களும், 500 விதமான நியதிகளும் காணப்படுகின்றன.

வைமானிகா சாஸ்திரம்

மகரிஷி பாரத்வாஜர் தனது காலத்திற்கு முன்னேயிருந்த நிபுணர்கள் விமானத்தைப் பற்றி எழுதியுள்ள தகவல்களையும் தெரிவிக்கிறார். பாரத்வாஜர் எழுதிய நூலை சுப்புராய சாஸ்திரியார் சமஸ்கிருத வடிவத்தில் உருவாக்கி இருக்கிறார். இதனை மொழி பெயர்த்த வல்லுனர்கள் பறக்கும் சாஸ்திரம் பற்றிய அறிவியல் என்றே குறிப்பிடுகின்றனர். இதில் சொல்லப்பட்டிருக்கும் தகவல்கள் பழங்கால விஞ்ஞான அறிவுக்கு அப்பாலும் சென்று நாம் தற்காலத்தில் பயன்படுத்தும் இயந்திரங்களின் அறிவையும் மிஞ்சியதாக இருக்கிறது.

இதில் இருந்து நீண்ட நெடுங்காலமாகவே விமானம் பயன்பாட்டில் இருந்துவந்ததை நாம் அறிந்து கொள்ளலாம். விமான இயல் பற்றிய அறிவியல் நூல்களை எழுதி வைத்திருக்கிறார்கள் என்றால் அதுகுறித்த எத்தனை தெளிவான அறிவும், அனுபவமும் அவர்களுக்கு இருந்திருக்க வேண்டும் என்பதை நாம் உணரமுடியும்.

"தரை மேலும் கடலின் மேலும் தனது சொந்த சக்தியினால் பறவையைப்போல் காற்றில் சீறிப்பாயும் ஒன்றே விமானம் எனப்படுகிறது".

"விமான சாஸ்திரத்தை நன்கு தெரிந்தவர்கள், காற்றில் ஒரு இடத்திலிருந்து மற்றொரு இடத்துக்குச் செல்லும் ஒரு பொருளையே விமானம் என்று அழைக்கிறார்கள்"

என்று அவர் தெரிவிக்கிறார்.

மேலும் இதில் ஆச்சரியமான இன்னொரு விஷயம் என்னவென்றால், இவைகள் விமானக் கட்டுமானம், எரிபொருள் ஆகியவற்றைப் பற்றிப் பேசுவதோடு, விமான ஓட்டிகளான பைலட்டுக்கள் எப்படி இருக்க வேண்டும், அவர்கள் மனோபாவம் எத்தனை உறுதியாக இருக்க வேண்டும், அவர்கள் சாப்பிடவேண்டிய உணவு முறை போன்றவற்றை எல்லாம் கூடத் தெரிவிக்கின்றன.

விமான சாஸ்திரத்தில் கூறப்பட்ட 32 சூட்சுமங்களை விமானி நன்கு அறிந்தவனாக இருக்க வேண்டும். மேலும்

யந்திரத் தொழில்நுட்பங்களை ஆர்வத்தோடு கற்று நன்கு அறிந்தவனாகவும் இருப்பது அவசியம்.

விமானத்தை வானவீதியில் பயமில்லாமல் செலுத்தவும், வானவீதியில் நிலையாக நிறுத்தி வைக்கவும், வட்டமாகவும், வளைந்து வளைந்தும், முன்னோக்கியும், பின்னோக்கியும், வேகமாகவும்,மெதுவாகவும்,செலுத்துவதற்கு அறிந்தவனாகவும் இருக்க வேண்டும். அத்துடன் விமானத்தைக் கட்டுமானம் செய்வதற்கும் அவன் அறிந்திருக்க வேண்டும்.

நம்மை மேலும் ஆச்சரியத்தில் திக்குமுக்காட வைக்கும் பல விஷயங்களை அவர் தெரிவிக்கிறார். இந்த விமானத்தில் விமான ஓட்டத்தைப் பதிவுசெய்யும் கருவி இருந்ததாக அவர் குறிப்பிடுகிறார். அது தற்காலத்தில் நாம் உபயோகிக்கும் பிளாக்பாக்ஸ் எனப்படும் கறுப்புப்பெட்டிக்குச் சமம் அல்லவா?

மனிதர்களை ஏற்றிக் கொண்டு பறப்பதோடு, எதிரிகளின் நாட்டை அழிப்பதற்கும், விஷவாயுக்களைத் தெளிப்பதற்கும் கூட அந்த விமானத்தில் வசதிகள் இருந்தன. விமானத்தில் இருந்து எதிரிகளைத் தாக்கும் ஏவுகணைகள், பருவ காலங்களை உணர்ந்து, உணர்த்தி அதற்கேற்ப செயல்படும் அமைப்புக்கள், எரிபொருளைப் பயன்படுத்தும் விதம் போன்ற பல நம்மால் கற்பனை கூட செய்ய முடியாத அறிவியல் உச்சத்தை அந்த நூல் எடுத்துச் சொல்கிறது.

உருவாக்கும் பொருட்கள்

கிர்தாகா ரகசியம் - விமானத்தை உருவாக்கப் பிரத்தியேகமான பொருட்களை அந்தக் காலத்து அறிஞர்கள் பயன்படுத்தி இருக்கிறார்கள். அதிக எடை இல்லாமலும், எளிதில் தீப்பற்றாமலும் இருக்கக்கூடிய பொருட்களைப் பற்றி விஸ்வகர்மா, சாயாபுருஷன், மனு, மயன் ஆகிய பலர் கூறியிருக்கிறார்கள். ஆனால் அந்தப் பிரத்தியேகமான பொருட்கள் எவை என்பதையோ, அந்தப் பொருட்களைக் கொண்டு அவர்கள் எப்படி விமானத்தை உருவாக்கினார்கள் என்பதையோ இன்று நம்மால் கண்டு பிடிக்க முடியவில்லை.

அந்த ரகசியங்கள் அவர்களுடனேயே மறைந்து விட்டன.

கோதா ரகசியம் - சிலவகையான எரிபொருட்களைப் பயன்படுத்தி பல நிலைகளில் விமானத்தைச் செலுத்துவதற்குப் பலவிதமான வழிமுறைகள் இருந்திருக்கின்றன. யாஸா, வியாசர், பிரயாசா போன்றவை அவைகளில் சில. இந்த வழிமுறைகளைப் பயன்படுத்தி நமது முன்னோர் விமானத்தில் எரிபொருட்களை நிரப்பி தாங்கள் விரும்பிய இடங்களுக்கு வான்வழியாகப் பறந்து சென்றிருக்கிறார்கள். வேறு பல உலகங்களுடன் தொடர்பு கொண்டுள்ளனர்.

விமானத்தை எதிரிகளின் கண்களில் படாமல் மறைத்து வைக்கும் முறைகளும் விமான சாஸ்திர நூல்களில் சொல்லப்பட்டுள்ளன. இதற்கு வாயு, சுதம், காம், வியாசா, பிரயாசா போன்றோரது கருத்துக்கள் பெரிதும் உதவும். விமானத்தை மறைப்பது என்பது சாதாரண விஷயம் அல்ல, மிகக் கடினமான செயல். ஆனாலும் அப்படிச் செய்வது நடக்கக்கூடியதுதான் என்று அந்த நூல்கள் தெரிவிக்கின்றன.

ஏழு வகையான கண்ணாடியால் ஆன லென்சுகள் பொருத்தப்பட வேண்டும் என்றும், ஆயுதங்களைச் செலுத்த இந்த லென்சுகள் மிகவும் தேவை என்றும் அந்த நூல் தெரிவிக்கிறது. மேலும் இந்த லென்சுகள் எதிரி விமான ஓட்டியின் கண்களை கூசச் செய்யும், இருட்டாக்கும். அதனால் அவர்களுக்கு மிகப் பெரிய தடுமாற்றம் ஏற்படும், அதை நாம் பயன்படுத்திக் கொள்ள வேண்டும் என்றும் தெரிவிக்கிறது.

லென்சுகள் சூரியக்கதிர்களைக் கிரகித்து அதில் இருந்து மின்சக்தியைப் பெறுவதற்கு பெரிதும் உதவும் என்றும், அந்த சக்தியைக்கொண்டு எதிரி விமானத்தை நிலைகுலையச் செய்து அழிக்கலாம் என்றும் அந்த நூல் மேலும் தெரிவிக்கிறது.

நிலவாயு, எரிவாயு, அனல் மின்சாரம், புனல் மின்சாரம், அணு மின்சாரம் ஆகியவற்றைத் தற்காலத்தில் பயன்படுத்தி வரும் நாம், இவைகள் குறைவுபடும்போது எதிர்காலத்தில் அதிக அளவில் சூரிய மின்சாரத்தை உபயோகிக்க வேண்டும் என்று பிரசாரம் செய்து வருகிறோம். ஆனால் ஆயிரக்கணக்கான

ஆண்டுகளுக்கு முன்னாலேயே நமது முன்னோர்கள் இது குறித்து தீர்க்கமாக சிந்தனை செய்து சுற்றுச்சூழலை மாசுபடுத்தாத எரிசக்தியை சூரிய ஒளியில் இருந்து பெற்று தங்கள் வாகனங்களைச் செலுத்தி இருக்கிறார்கள். அவர்களுடைய அறிவியல் அறிவு நம்மைப் பிரமிக்கவைக்கிறது அல்லவா ?

அபரோன்ஷா ரகசியம் - எதிரிகளின் விமானம் நமது கண்களுக்குப் புலனாகாதவாறு வரும். அவ்வாறு அவைகள் வரும்போது ஒரு குறிப்பிட்ட எல்லைக்குள் வரும்போது தான் நம்மால் அவைகளைப் பார்த்துவிட்டு பாதுகாப்பு நடவடிக்கையை எடுக்க முடியும். ஆனால் இந்த அபரோன்ஷா ரகசியத்தை அறிந்து கொண்டால் ரோகிணி ஒளியின் மூலமாக எதிரி விமானம் கண்களுக்குப் புலப்படக்கூடிய எல்லைக்கு அப்பால் வெகுதொலைவில் வரும்போதே கண்டு பிடித்துவிட முடியும்.

சாரபகாமன ரகசியம் - தண்டம், வக்ரம் முதலான ஏழுவிதமான காற்று சக்தி மற்றும் சூரிய சக்தி ஆகியவற்றைச் சேகரித்து பத்திரப்படுத்திக் கொண்டு, அவைகளைத் தேவைப்பட்ட போது விமானத்தின் முன்பகுதியில் ஒரு குறிப்பிட்ட இடத்தில் செலுத்த வேண்டும். இவ்வாறு செலுத்தினால் விமானம் குறிப்பிட்ட எல்லையில் வளைந்து வளைந்து சென்று எதிரிகளை அழிக்கும், அல்லது எதிரிகளின் கணைகளில் இருந்து ஒரு பறவையைப் போல பறந்து தப்பிக்கும்.

இது போன்ற அமைப்புக்களை இன்று அறிவியல் தொழில்நுட்பம் நமக்குத் தந்திருக்கிறது. காற்று மற்றும் சூரிய சக்திகளைச் சேமித்து வைக்கும் பாட்டரி போன்ற அமைப்பை நமது முன்னோர் அறிந்திருந்ததோடு அவைகளை மிக நுட்பமாக விமானத்தில் பயன்படுத்திய தகவல் நம்மை வியக்கவைக்கிறது.

இவை தவிர ஒரு விமானம் ஒலியைச் சேகரித்து மற்ற விமானத்தில் பறப்பவர்களுடன் பேசும் முறைகள், விமானத்திலிருக்கும் கருவிகள் மூலமாக மற்றொரு

விமானத்தில் இருப்பவர்களைக் கண்டுபிடிப்பது , பார்ப்பது போன்றவற்றையும் சில யந்திர சாஸ்திரங்கள் விவரிக்கின்றன.

திக் பிரதர்ஷண ரகசியத்தில் ஒரு கருவி இருக்கிறது. அதன் பெயர் தி ஷம்பதி என்பது. இந்தக் கருவியை ஒரு விமானத்தில் பொருத்தி விட்டால் ஆகாய வீதியில் மற்றொரு விமானம் வரும் திசையை மிகத் துல்லியமாகக் காட்டிவிடும்.

இப்போது நாம் வைத்திருக்கும் ரேடார் போன்ற அமைப்பு இது.

எதிரிகளின் விமானம் வருவதைத் தடுக்க விமானத்தின் இடது பக்கத்தில் சந்திஞகா என்ற கருவி பொருத்தப்படும். குழல்போன்ற அமைப்பை உடைய இந்தக் கருவி புகையை, அல்லது வித்தியாசமான ஒலிகளை வெளியே செலுத்தும் வகையில் அமைக்கப்பட்டிருக்கும். இந்த ரகசியத்திற்கு சதபிதா ரகசியம் என்று பெயர்.

எதிரி விமானத்தைத் தாக்கி அழிப்பதற்காக எளிதில் எரியக்கூடிய விதத்தில் தட்டு போன்ற வடிவத்தில் உருவாக்கப்பட்ட கருவி. இது விமானத்தின் முன்பக்கத்தில் பொருத்தப்பட்டு இருக்கும். தேவைப்பட்ட பொழுது இதைக் கொளுத்தி எரியவைத்து, 87 டிகிரி வெப்பத்தில் சுழன்று கொண்டுபோகும் விதமாக கழற்றிவிடும் முறை. இது சர்ஷன ரகசியம் எனப்படும்.

இவை போன்ற பலவிதமான யந்திர பொறிஇயல் நுட்பங்களைப் பற்றிச் சொல்வதோடு,ஒரு விமானம் பறவையைப் போல ஆகாயத்தில் சுதந்திரமாகப் பறக்கவும், நிலம் மற்றும் நீரில் செல்லவும் திறன் படைத்தாகவும் இருந்ததாக பாரத்வாஜ மகரிஷி எழுதி இருக்கிறார்.

(source: Technology of the Gods - The Incredible Sciences of the Ancients p 147-209)

✪✪✪

20

அந்தக் காலத்தில் எட்டு விதமான விமானங்கள் தயாரிக்கப்பட்டு பயன்பட்டதாகத் தெரிகிறது.

சக்தி யுதகம் - இது வானத்திலிருந்தே எரிபொருளைச் சேகரித்துக்கொண்டு பறக்கும் விமானம்.

பூத வாஹா - இது செயலும் அதற்கு எதிர் செயலும் செய்யக்கூடிய ஆற்றல் படைத்த பிரதான இயக்கம் கொண்டது. இது முன்னும் பின்னும் சம வேகத்தில் பறக்கும் ஆற்றல் படைத்தது.

தூமாயனா - இது ஒரு எரிபொருளை எரிப்பதால் பெறப்படும் சக்தியைப் பெற்று அதன் விசையால் ஓடுவது, அதோடு எரிக்கப்படும் பொருளில் இருந்தே மேலும் தேவையான எரிபொருளைப் பெற்று இயங்கக்கூடியது.

கிதோகமா - இது சிலவகையான

எட்டுவகையான விமானங்கள்

மரங்களை எரிப்பதால் உண்டாகும் எண்ணெயின் மூலமாக இயங்குவது.

அம்சுவாஹா - சேமித்து வைக்கப்பட்ட சூரிய சக்தியின் மூலமாக இயங்கும் அபார ஆற்றல் படைத்த விமானம். தற்கால சூரிய அடுப்பு போன்றது.

தாரமுகா - பூமியை நோக்கி விழும் பந்து போன்ற உலோகக்கட்டியின் சக்தியினால் இயங்குவது. அதாவது பூமியை நோக்கி வரும் எரிகற்களைப் பயன்படுத்தி இயங்க வல்லது.

மானிவகா - சுரங்கத்தில் இருந்து எடுக்கப்படும் விஜய, பாத்ரா, ஆஷ்வகா போன்ற உலோகப் பொருட்களினாலும், செயற்கையான ரசாயன பொருட்களினாலும் இயங்கும் விதத்தில் அமைக்கப்படுவது.

மாரதசாகா - காற்றின் சக்தியால் இயக்கக் கூடியது.

இவை தவிர ஷக்டிங்கர்ப்பம், விக்யுதம், துருபதம், குண்டலிமுகம் ஆகிய பெயர்களில் ஐந்துவகை விமானங்கள் உருவாக்கப்பட்டன.

மேலும் சில விமானங்கள் ஆகாயத்தில் பறக்கின்ற போதே பூமிக்குள் இருக்கும் சில வகையான உலோகங்களைக் கண்டு பிடிக்கும் திறன் வாய்ந்தவையாக இருந்தன.

அமுஸவாகா வகை விமானங்கள் வெவ்வேறு வகையான கண்ணாடி போன்ற பொருட்களை உருகச் செய்து பல இடங்களில் பொருத்துவதன் மூலமாகப் பறக்கின்றபோதே சூரிய சக்தியைச் சேமித்துக்கொண்டு பறக்கும் விதத்தில் அமைக்கப்பட்டவை

நட்சத்திர மண்டலத்தை நோக்கி

சில வான் வெளிக்கப்பல்கள் சூரிய மண்டலம் மற்றும் நட்சத்திரங்கள் வரையில் பறந்து செல்லக்கூடிய ஆற்றல் படைத்ததாகக் கட்டப்பட்டன. இவை மிக மிக வேகமாகச் செல்லக்கூடியவை. அதோடு இவைகள் பறக்கும் போது அதன் ஒலி பூமியில் உள்ளவர்களுக்குக் குறைவாகவே கேட்குமே தவிர காது செவிடுபடும் அளவிற்குச் சத்தமாகக் கேட்காது என்றும் சொல்லப்பட்டுள்ளது.

மேலும் இந்த நூலில் ருக்ம, சுந்தர, திரிபுர, சகுண என நான்குவகை விமானங்களைப் பற்றியும் குறிப்புக்கள் உள்ளன. இதில் ருக்ம விமானம், சுந்தர விமானம் ஆகியன சந்திர மண்டலத்திற்குச் சென்ற அப்போலோ விண்கலத்தைப் போன்ற வடிவ அமைப்புடன் இருப்பது நம்மை ஆச்சரியத்தில்

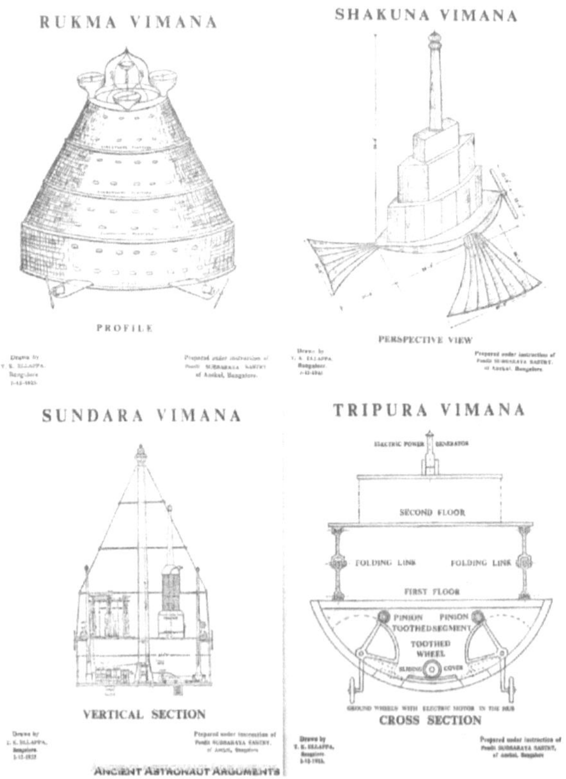

ஆழ்த்துகிறது.

திரிபுர விமானம் என்பது தரையிலும், தண்ணீரிலும் செல்லக்கூடியது. இதன் வேகம் குறைவானது, அதோடு சகுண விமானம் என்பது இப்போது நாம் உபயோகிக்கும் விமானத்திற்கும், ராக்கெட்டுக்கும் இடைப்பட்ட நிலையில் இருப்பது. இந்த விமானத்தின் மூலமாக எந்தக் கிரகத்திற்கு வேண்டுமானாலும் சென்று வர முடியும் என்றும் கூறப்பட்டுள்ளது.

விமானம் குறித்து வைமானிகா சாஸ்திரம் தரும் அதிசயமான தகவல்களைப் பார்ப்போம்.

காற்றைப் போல அதே அளவு வேகத்தில் பயணிக்கும் திரிபுரா அல்லது திரிபுராஜித் விமானம் உள்ளது. இது சிவபெருமான் பயன்படுத்துவதற்காக உருவாக்கப்பட்டது. விமான சாஸ்திரத்தின் படி, இந்த விமானம் மூன்றடுக்குகளைக் கொண்ட சூரிய ஒளிக்கதிர்களின் உந்து சக்தியால் இயங்கும் மிகப்பெரிய பறக்கும் விண்கலம் ஆகும். இது மிக நீளமான வடிவம் கொண்டது, நவீன வேவு பார்க்கும் விமானத்தை ஒத்தது.

இதில் 3 ஆவரணங்கள் அல்லது இணைப்புகள் அல்லது வரிசைகள் உள்ளன. ஒவ்வொரு ஆவரணமும் 'புரா' என்றழைக்கப்படுகிறது. அது மூன்று ஆவரணங்களைக் கொண்டிருப்பதால் திரிபுர விமானம் என்றழைக்கப்படுகிறது. மூன்று ஆவரணங்களில் உள்ள ஒவ்வொரு ஆவரணத்தையும் நம் விருப்பபடி இயங்க வைக்க முடியும். அதற்கு ஏற்ற விதத்தில் அது கட்டமைக்கப்பட்டுள்ளது.

இதன் கட்டமைப்பை மாற்றியமைப்பதன் மூலமாக அது கடலில் நீந்தும், ஆகாயத்தில் பறக்கும். நிலத்திலும் ஓடும் இவ்வாறு பஞ்ச பூதங்கள் நான்கிலும் அவரை ஆட்சி செய்ய அனுமதிக்கிறது.

இந்த பகுக்கக்கூடிய விமானம் திரிநேத்ர லோஹா எனப்படும் உலோகத்தால் தயாரிக்கப்படுகிறது. விமானிக சாஸ்திரத்தைப் பொறுத்த வரை, முதல் பகுதி 100 அடி அகலம்,

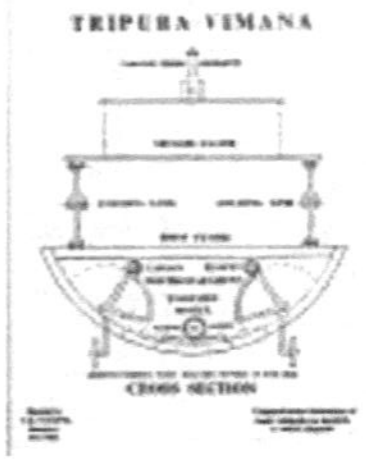

9. Tripura Vimana: Cross Section

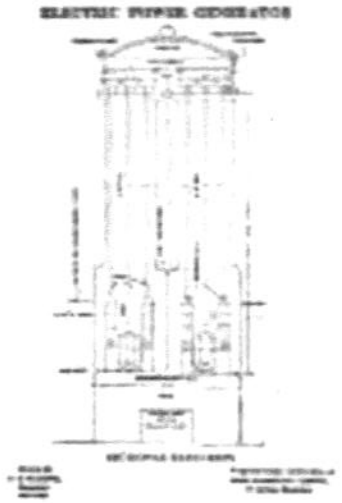

10. Electric Power Generator: Sectional Elevation

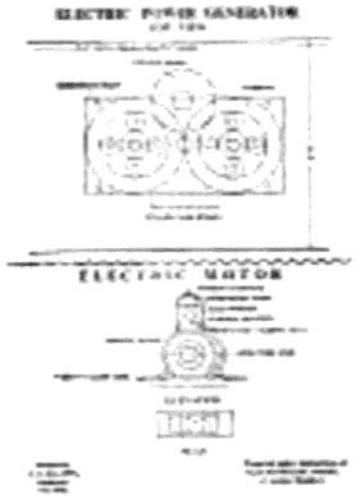

11. Electric Power Generator: Top View and Elevation Plan

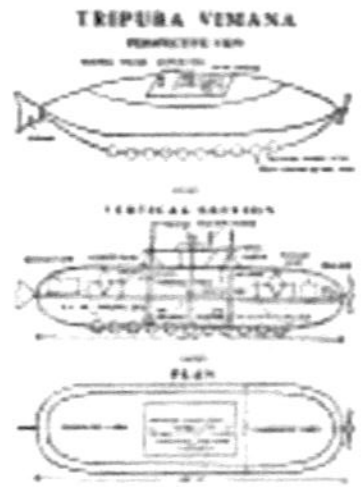

12. Tripura Vimana: Perspective and Vertical Section

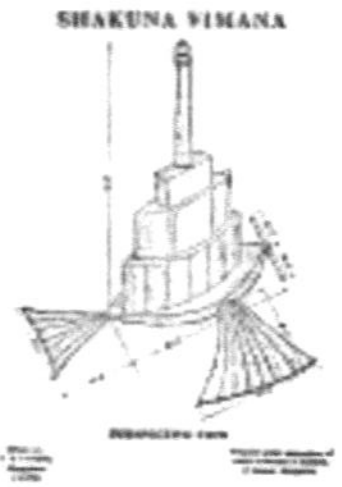

13. Shakuna Vimana: Vertical Section (Lengthwise)

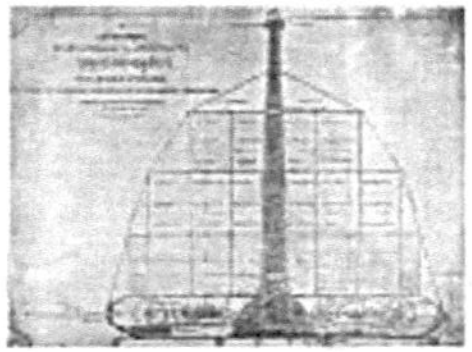

14. Shakuna Vimana: Vertical Section (Crosswise)

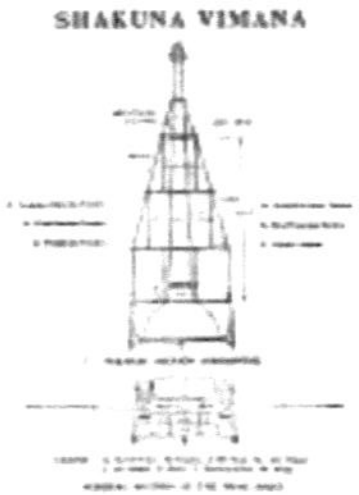

15. Shakuna Vimana: Vertical Section at the Wing Joint

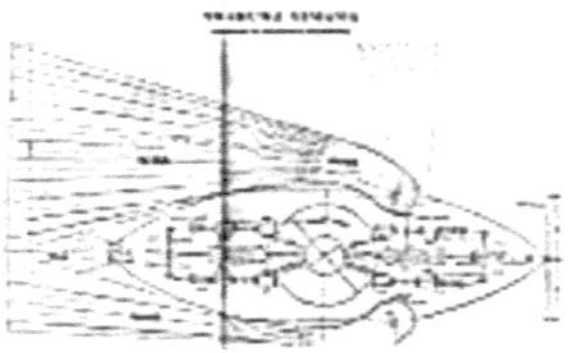

16. Shakuna Vimana: Horizontal Section--Lengthwise

3 அடி தடிமன், வட்ட அல்லது சதுரமான 80 அடி நீளமான, 3 அடி அகலமான, 5 அடி உயர படகு வடிவ வானூர்தி நீரில் பயணிக்க அனுமதிக்கிறது. இருந்தாலும், இந்த விமானத்தை நிலத்தில் பயணம் செய்ய அனுமதிப்பதற்காக சக்கரங்களை வெளிப்படுத்தும் ஒரு அமைப்பு இருக்கிறது.

இரண்டாவது தளம் 80 அடி அகலமும் மற்றும் 3 அடி தடிமனும் கொண்டது, முதல் பகுதியை விடச் சற்று சிறியது. இந்த உயர் தொழில்நுட்ப மேம்பாடுகளைக் கொண்ட இந்த விமானத்தில் சூர்யதபோபசம்ஹாரயன்த்ரா அல்லது சூரியனின் வெப்பத்தில் இருந்து பாதுகாக்கும் இயந்திரம் இருக்கிறது. இதற்கு சூரிய ஒளிக்கதிர்களிலிருந்து கருத்த பொருளை உள்ளிழுத்து அதை எதிரிகளிடமிருந்து விமானத்தை மறைக்கப் பயன்படுத்தும் திறன் இருக்கிறது. இந்த மறையும் திறன் கூதா என்றழைக்கப்படுகிறது!

மாராதசாஹா : காற்றை உறிஞ்சி மின்சார சக்தியை எடுத்து இயங்கும் விமானம் மற்றும் ஷக்டிங்கர்ப்பம், விக்யுதம், துருபதம், குண்டலிகம் போன்ற விமானங்கள் இருந்ததாகவும் பரத்வாஜர் கூறியுள்ளார். *சுப்பராய சாஸ்திரி என்பவர், 1914ல் தனது நினைவில் இருந்து இந்த சமஸ்கிருத ஸ்லோகங்களைச் சொன்னதாகவும், அவற்றைப் பிரதி எடுத்து, 20 ஆண்டுகள் மொழிபெயர்க்கப்பட்டு அதன் பின்னர் பல ஆண்டுகள் கழித்து 1973ல் இப்புத்தகம் உருவாக்கப்பட்டதாக இதனைத் தொகுத்த எ.கீ ஜோஸ்யர் என்பவர் புத்தகத்தின் முன்னுரையில் எழுதியிருக்கிறார்.

இவ்வாறு வைமானிக சாஸ்திரத்தில் சொல்லப்பட்டுள்ள கருத்துக்கள் நமது நவீன அறிவியல் தொழில்நுட்பத்தை பலபடிகள் விஞ்சி நிற்கிறது. இவைகளை தற்கால அறிஞர்கள் சிலர் கற்பனையில் உதித்தவை என்கிறார்கள். விமானங்களைக் கற்பனை என்று சொன்னாலும் கூட சாஸ்திரங்களில் சொல்லப்பட்டுள்ள தொழில்நுணுக்கங்களை கற்பனை என்று தள்ளிவிட முடியாது. காரணம் அவைகள் அறிவியல் அடிப்படையைக் கொண்டுள்ளன.

✪✪✪

21

எரிபொருட்கள்

நாராயண மகரிஷி விமானம் செலுத்துவதற்குப் பயன்படும் நான்குவகையான எண்ணெய்களைக் குறித்தும் எழுதி இருக்கிறார்.

வனசுபதி எண்ணெய்
பாதரச வாயு
சூரியச் சக்தி
ஆகாயத்தில் இருந்து நேரடியாகப் பெறும் சக்தி

தற்காலத்தில் வெப்பவாயுவை எரித்து வரும் சக்தியில் விமானங்கள் இயங்குகின்றன. நாசா விமான அறிவியல் தொழில்நுட்ப வல்லுநர்கள் பாதரசத்தைப் பயன்படுத்தும் தொழில்நுட்பத்தின் மூலமாக விமானத்தை இயக்க ஆராய்ச்சிகள் மேற்கொண்டு அதில் வெற்றியும் பெற்றுள்ளனர். இந்த விமானத்தில் பாதரசத்தின் மூலமாக என்ஜின் சுழலுகிறது.

தற்போது விமான எரிபொருளில் நாம் ஒருபடி முன்னேறி உயிரி எரிபொருளைக்

கலந்து பயன்படுத்தும் அளவுக்கு வந்திருக்கிறோம். திங்கள், செப்டம்பர் 3, 2018 தமிழ் இந்து நாளிதழில் வெளியாகி உள்ள அந்தத் தகவலையும் தருகிறேன்.

நாட்டிலேயே முதல்முறையாக 'பயோ எரிபொருளில்' பறந்த விமானம்: ஸ்பைஸ்ஜெட் விமானம் இயக்கி சாதனை

டெல்லி வந்து சேர்ந்த பயோ-எரிபொருளில் இயங்கிய விமானத்தை மத்திய அமைச்சர்கள் சுரேஷ் பிரபு, நிதின் கட்கரி ஆகியோர் வரவேற்ற காட்சி - படம்: பிடிஐ

நாட்டிலேயே முதல்முறையாக பயோ-எரிபொருளை 25 சதவீதம் கலந்து விமானத்தைச் சோதனை முயற்சியாக இயக்கி ஸ்பைஸ் ஜெட் நிறுவனம் சாதனை படைத்துள்ளது.

இந்த விமானத்தில் 75 சதவீதம் விமானத்துக்கான வழக்கமான எடிஎப் எரிபொருளும், 25 சதவீதம் பயோ-எரிபொருளும் கலந்து பயன்படுத்தப்பட்டன. டெராடூனில் இருந்து புறப்பட்ட ஸ்பைஸ்ஜெட் கியூ400 என்ற விமானம் மிகப் பாதுகாப்பாக டெல்லி இந்திரா காந்தி சர்வதேச விமான நிலையத்தை வந்தடைந்தது.

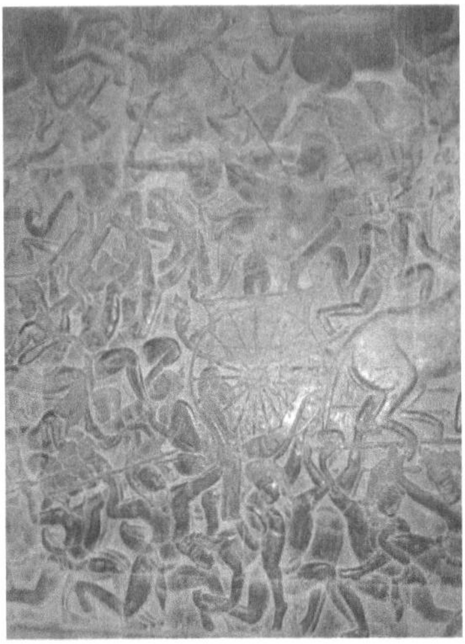

நாட்டிலேயே முதல் முறையாக விமானத்துக்குத் தனியாக பயோ-எரிபொருள் இப்போதுதான் பயன் படுத்தப்பட்டுள்ளது. இதற்கு முன் நான்கு சக்கர வாகனங்களுக்கும், ரயில் எஞ்சின்களுக்கும் பயோ-எரிபொருள் பயன்படுத்தப்பட்டு அது பயன்பாட்டிலும் இருந்து வருகிறது.

ஆனால், விமானத்துக்குத் தனியாக பயோ-எரிபொருள் இல்லை. இந்நிலையில், விமானத்துக்காக பயோ-எரிபொருள் தயாரிக்கப்பட்டு இன்று ஸ்பைஸ்ஜெட் விமானத்தில் நிரப்பி இயக்கப்பட்ட சோதனை ஓட்டம் வெற்றிகரமாக அமைந்தது.

டெராடூனில் புறப்பட்ட இந்த விமானம் டெல்லியில் இறங்கியவுடன், அதை மத்திய சிவில் விமானப்போக்குவரத்து துறை அமைச்சர் சுரேஷ் பிரபு, நெடுஞ்சாலைத்துறை அமைச்சர் நிதின் கட்கரி, விமானத்துறை அதிகாரிகள், ஸ்பைஸ்ஜெட் நிர்வாகிகள் அனைவரும் வரவேற்றனர்.

அப்போது பேசிய விமானப் போக்குவரத்துத் துறை அமைச்சர் சுரேஷ் பிரபு 2035-ம் ஆண்டுக்குள் சுற்றுச்சூழலைப் பாதிக்காத எரிபொருள் மூலம் விமானம் இயக்கப்படும். அதற்கான முயற்சிதான் இது. நாளுக்குநாள், விமானங்களுக்கான ஏடிஎப் எரிபொருள் விலை அதிகரித்துக்கொண்டே செல்கிறது. இதனால், பல விமான நிறுவனங்கள் 2018-19ம் ஆண்டின் முதல் காலிறுதியில் இழப்பைச் சந்தித்துள்ளன எனத் தெரிவித்தார்.

விமானத்தில் பயன்படுத்தப்பட்ட இந்தப் பயோ-எரிபொருள் ஆமணக்கு விதையில் இருந்து தயாரிக்கப்பட்டுள்ளது. இந்த எரிபொருளை டேராடூனில் உள்ள சிஎஸ்ஐஆர் ஆய்வகம் தயாரித்துள்ளது. இந்தச்

சோதனை ஓட்டத்தில் ஸ்பைஸ்ஜெட் அதிகாரிகள், ஊழியர்கள் என மொத்தம் 20 பேர் விமானத்தில் பயணித்தனர். டேராடூனில் இருந்து டெல்லிக்கு 25 நிமிடங்களில் விமானம் வந்து சேர்ந்தது.

ஸ்பைஸ்ஜெட் நிறுவனத்தின் தலைவர் அஜய்சிங் கூறுகையில், வழக்கமாக வெளிநாட்டில் இருந்து இறக்குமதியாகும் விமான எரிபொருளுக்காக இனி நாம் காத்திருக்கத் தேவையில்லை. பயோ-எரிபொருள் பயன்பாட்டுக்கு வந்தால், விமான இயக்கச்செலவு 50 சதவீதம் குறையும் எனத் தெரிவித்தார்.

ஸ்பைஸ்ஜெட் விமானத்தில் பயன்படுத்தப்பட்ட பயோ-எரிபொருளை அமெரிக்காவிலுள்ள அமெரிக்க தரச்சோதனை மையம் அங்கீகரித்து, விமானம் பறப்பதற்கான தகுதிவாய்ந்த எரிபொருள்கள் இதில் அடங்கியுள்ளன எனத் தெரிவித்துள்ளது.

நமது முன்னோர்களின் பழைய விமானங்களுக்கு வருவோம்,

பாகவதத்தில் கபிலனின் பெற்றோர் சுபர்தாவும், தேவஹூதியும் தனியான விமானம் மூலமாக வானில் உள்ள நட்சத்திரக் கூட்டங்களுக்கு இடையில் பயணம் செய்த குறிப்புக்களும் காணப்படுகின்றன.

தற்காலத்தில் இதுபோன்ற சிற்பங்களை நாம் பல கோயில்களில் குகைகளில் பார்க்க முடிகிறது.

உதாரணமாக எல்லோரா குகையில் அந்தக் கால விமானம் குறித்த சிற்பங்கள் காணப்படுகின்றன.

(source: Chariots of The Gods By Erich Von Daniken p. 56 - 60).

திருஞானசம்பந்த சுவாமிகள் விமானம் குறித்து சில தகவல்களைத் தெரிவிக்கிறார். அவர் பாடிய இந்தப் பதிகப் பாடல்களை அன்போடு பாடி ஆடுகிறவர்களுக்கு இறைவன் வானத்தில் இருந்து தேவவிமானத்தை அனுப்பி வைப்பான் என்கிறார்.

விண்ணியல்விமானம் விரும்பியபெருமான் வெங்குருமேவியுள்
வீற்றிருந்தாரை நண்ணியநூலன் ஞானசம்பந்த
னவின்றவிவ்வாய்மொழி நலமிகுபத்தும் பண்ணியல்பாகப்
பத்திமையாலே பாடியுமாடியும் பயிலவல்லோர்கள்
விண்ணவர்விமானங் கொடுவரவேறி
வியனுலகாண்டுவீற் றிருப்பவர்தாமே.

வானளாவிய விமானத்தை விரும்பி, வெங்குரு என்னும் சீகாழிப் பதியுள் வீற்றிருந்தருளும் பெருமானைப் பற்றி அறம், பொருள், இன்பம், வீடு ஆகியவற்றைத் தெரிவிக்கும் நல்ல நூல்களை அறிந்த ஞானசம்பந்தன் அருளிய இவ்வுண்மை மொழிகளாகிய நன்மைகளைத் தரும் இப்பதிகப் பாடல்கள் பத்தையும், பண்ணிசையோடும், பக்தியோடும் பாடி ஆடிக் கூற வல்லவர்கள், தேவர்கள் விமானம் கொண்டுவர அதன்மிசை ஏறி, அகன்ற அத்தேவருலகை அடைந்து அரசு புரிந்து, அதன்கண் வீற்றிருப்பர்.

✪✪✪

22

இந்திய இலக்கியங்களில் சொல்லப்பட்டுள்ளது போலவே தமிழ் இலக்கியங்களிலும் விமானம் பற்றிய குறிப்புக்கள் காணக் கிடைக்கின்றன. இரண்டாயிரம் ஆண்டுகளுக்கு முன்னரே சங்க இலக்கியங்களில் விமானம் பற்றிய செய்திகள் இருக்கின்றன.

சிலப்பதிகாரம், சீவகசிந்தாமணி, பெருங்கதை ஆகியவற்றில் வானத்தில் பறக்கும் வாகனங்கள், மயில்பொறி மற்றும் யந்திர யானை ஆகியவற்றைப் பற்றிய செய்திகள் கிடைக்கின்றன.

புறநானூற்றில் விமானம் பற்றிய அறிமுகம் கிடைக்கிறது.

புறநானூறு கூறும் புதுச் செய்தி

சங்க இலக்கியத்தில் பழமையான நூல் புறநானூறு. 2000 ஆண்டுகளுக்கு முன் தமிழர் வாழ்ந்த நிலையைப் படம்பிடித்துக்காட்டுகிறது இந்த நூல்.

தமிழ் இலக்கியங்களில் விமானம்

"புலவர் பாடும் புகழுடையோர் விசும்பின்
வலவன் ஏவா வான ஊர்தி
எய்துப, என்ப, தம் செய்வினை முடித்து எனக்
கேட்பல் எந்தை! சேட்சென்னி! நலங்கிள்ளி (புறம்.27,)

சோழன் நலங்கிள்ளி மீது முதுகண்ணன் சாத்தனார் பாடிய பாடலில், இந்த உலகத்தில் நல்லவண்ணம் வாழ்ந்து நல்ல காரியங்கள் பல செய்து புண்ணியம் சம்பாதித்தவர்களை வானத்தில் இருந்து வரும் விமானம் ஏற்றிச் செல்லும், அது சாதாரண விமானம் அல்ல; விமானி இல்லாமல் தானாகவே பறக்கும் விமானம் என்பது இதன் பொருள்.

வலவன் ஏவா என்று அடைமொழி கொடுத்ததில் இருந்து வலவன் ஓட்டிய விமானங்களும் அக்காலத்தில் இருந்தது சொல்லாமல் விளங்கும்.

வலவன் ஏவா வானஊர்தி

இந்த வரிகள் விமானி இல்லாத விமானத்தைப் பற்றிப் பேசுகிறது. இது குறித்து நாம் ஏற்கெனவே ஒரு கட்டுரையில் படித்திருக்கிறோம்.

வானத்தில் பறந்த மயில்பொறி

இவ்வாறே சீவக சிந்தாமணியிலும் மயில் போன்ற அமைப்பில் செய்யப்பட்ட பறக்கும் வாகனத்தைப் பற்றிய அரிய செய்திகள் கிடைக்கின்றன.

சீவக சிந்தாமணியில் திருத்தக்கதேவர் வானவூர்தியை கட்டமைத்திருக்கும் விதம் நம்மை வியப்பில் ஆழ்த்துகிறது. எந்தவொரு பொறியையும் பார்க்காமல், வெறும் கற்பனையில் மட்டுமே இது போன்ற தகவல்களைச் சொல்லமுடியுமா என்ற சந்தேகம் தோன்றுகிறது. அவர் காலத்திலோ அல்லது அவருடைய முன்னோர்கள் காலத்திலோ இதுபோன்ற பறக்கும் வாகனங்கள் இருந்திருந்தால் மட்டுமே ஒரு கவிஞன் இது போன்ற பொறியியல் தகவல்களை எழுத முடியும்.

ஏமாங்கத நாட்டு மன்னன் தனது மனைவியான விசையை வானில் பறக்கும் எந்திரத்தின் மூலமாகத் தப்பிச் செல்ல

வழிவகை செய்கிறான். இதற்காக அவன் திறமை மிகுந்த பெருந்தச்சனை அழைத்து வானில் பறக்கும் மயில் பொறி ஒன்றைச் செய்து தருமாறு கட்டளையிட்டான்.

பெருந்தச்சன் தனது சகாக்களோடு சேர்ந்து ஏழு நாட்களில் மிக அழகான அருமையான அறிவியல் தொழில்நுட்பத்தோடு கூடிய மயில்பொறியை உண்டாக்கிவிட்டான்.

லேசான மரம், பல்வகைத் துணிகள், அரக்கு, பிசின், மெழுகு மற்றும் இன்னும் பலவான சிறந்த பொருட்களைக் கொண்டு அவன் இந்த மயில்வாகனத்தைச் செய்தான்.

இந்த எந்திர மயிலுக்கும் உயிருள்ள மயிலுக்கும் வேறுபாடே தெரியாதவகையில் இருந்ததாம். அந்த மயில்பொறியில் உள்ள குமிழை வலஞ்சுழியாகத் திருப்ப அது பொங்கி எழுந்து வானில் பறந்தது. இடப்பக்கமாகத் திருப்பினால் அந்த எந்திரமயில், பார்ப்பவர்கள் வியப்படையும் விதமாகப் பறப்பதைக் குறைத்துக்கொண்டு கொஞ்சம் கொஞ்சமாக அடங்கி தரையில் இறங்கி கால்களைக் குவித்துக் கொண்டு நின்றது.

இதனை

பண்தவிழ் விரலின் பாவை பொறிவலம் திரிப்பப் பொங்கி
விண்தவழ் மேகம் போழ்ந்து,விசும்பிடைப் பறக்கும் வெய்ய
புண்தவழ் வேற்கண்பாவை, பொறிஇடம் திருப்பத் தோகை
கண்டவர் மருள வீழ்ந்து, கால்குவித்திருக்கும் அன்றே

என்று பாடல் இதனை விளக்குகிறது.

வானத்தில் பறக்கும் விதமாகவும், விரும்பிய திசையில் திருப்பும் விதமாகவும், இலக்கை நோக்கிச் செல்வதாகவும், இலக்கை அடைந்தவுடன் வானத்தில் இருந்து இறங்கி தரையில் நிற்பதாகவும் மயில்பொறி செய்யப்பட்டதையும், ஒரு பெண் கூட எளிதாக இயக்கும் விதத்தில் எளிமையான அமைப்புக்களைக் கொண்டு இருந்ததையும் இதன் மூலமாக அறிய முடிகிறது.

ஓடு பாதையில் சிறிது தொலைவு வேகமாக ஓடிச் சென்ற பிறகே வேகம் பிடித்து மேலே எழும்பி ஆகாயத்தில் பறக்கும் விதத்திலேயே இன்றும் விமானங்கள் அமைக்கப்படுகின்றன.

ஓடுபாதை இல்லாத இடத்தில் விமானத்தை இறக்கவோ அல்லது ஏற்றவோ முடியாது. இந்தக் குறையைத் தவிர்க்கும் விதமாகப் பல ஆண்டுகள் முயற்சி செய்து அறிவியல் அறிஞர்கள் பறவைகளைப்போல இருக்கும் இடத்தில் இருந்து ஜிவ் வென்று மேலே கிளம்பிப் பறக்கவும், ஓடு பாதை இல்லாமலே தனது வேகத்தைக் குறைத்து எந்த இடத்திலும் இறங்கக்கூடிய அதியற்புதமான ஹெலிகாப்டர்களைக் கண்டறிந்தனர்.

உலக அறிவியல் அறிஞர்களின் எந்திரத் தொழில்நுட்பத்திற்கு எந்தவிதத்திலும் சற்றும் குறைவில்லாத திறமையோடு தமிழக அறிவியல் அறிஞர்கள் இரண்டாயிரம் ஆண்டுகளுக்கு முன்பாகவே சிறந்து விளங்கியுள்ளனர். இதற்குச் சான்றாக விசையை ஏறிச்சென்ற மயில்பொறியை நம்மால் உதாரணமாகக் காட்ட முடியும்.

மயில்பொறி ஓடுபாதையில் நமது தற்கால விமானத்தைப் போல ஓடிச்சென்று மேலே எழும்பி வானத்தில் பறந்ததாக சிந்தாமணி சொல்லவில்லை. குமிழைத் திருப்பினால் அது மேகங்களைக் கிழித்துக்கொண்டு பறந்துசென்றதாகக் குறிப்பிடுகிறது.

அதேபோல இறங்கும் போதும் தரையில் சிறிதுதொலைவு ஓடிவந்து நிற்காமல் அந்தரத்தில் பறந்தபடியே வேகம் குறைந்து தரையில் இறங்கி கால்களைக் குவித்து நிற்கும் என்று சொல்வதால் அது இன்றைய விஞ்ஞானத்தின் மகத்தான கண்டுபிடிப்பாகிய ஹெலிகாப்டரின் எந்திரத் தொழில்நுட்ப அடிப்படையில் அமைக்கப்பட்டிருக்க வேண்டும் என்ற முடிவுக்கு வருகிறோம்.

திருவிளையாடல் புராணத்தில் விமானம்

பிரம்மஹத்தி தோஷம் நீங்குவதற்காக பூலோகம் சென்று அங்குள்ள புனிதத்தீர்த்தங்களில் நீராடும்படியும், தேவர்கள் எல்லோருமே அங்கு செல்லலாம் என்றும் தேவகுருவான பிரகஸ்பதி ஆலோசனை சொன்னார். அதன்படி இந்திரனின் தலைமையில் புஷ்பக விமானத்தில் அனைவரும் பூலோகம் புறப்பட்டனர். பனிபொங்கும் கயிலைமலையில் இறங்கிய

அவர்கள் சிவபெருமானையும், உமாதேவியையும் வணங்கி கேதாரம், காசி உள்ளிட்ட தலங்களைத் தரிசித்தனர். கங்கை, யமுனை, சரஸ்வதியில் நீராடினர் என்று சொல்லப்பட்டுள்ளது.

பெருங்கதையில் விமானம்

ஆகாய விமானங்களும் அக்காலத்தில் புழக்கத்தில் இருந்ததை பெருங்கதை என்ற இலக்கிய நூல் தெரிவிக்கிறது. மணிமேகலையிலும் வான்வெளிப் பயணங்கள் பற்றிய குறிப்புக்கள் கிடைக்கின்றன.

கர்ப்பம் அடைந்த வாசவதத்தை ஆகாயவழியாகச் சென்று அங்கிருந்தவாறே மலைகளையும், காடுகளையும், ஆறுகளையும், இயற்கைக் காட்சிகளையும் பார்க்க விரும்புகிறாள். உடனே உதயணன் பொறிஇயல் வல்லுனர்களை அழைத்து ஒரு எந்திர விமானத்தைச் செய்வித்து அதில் வாசவதத்தையை ஏற்றிக்கொண்டு சம்புத்தீவில் உள்ள பல இடங்களுக்கும் சென்று விமானத்தில் இருந்தபடியே பார்த்து மகிழ்ச்சி அடைந்தான் என்பதைப் பெருங்கதை தெரிவிக்கிறது.

சிலப்பதிகாரத்தில் விமானம்

சிலப்பதிகாரத்திலும் விமானம் பற்றிய குறிப்புக்கள் உள்ளன. மலைக்குறவர்களின் கண்ணெதிரே ஆகாயத்தில் இருந்து ஒரு வான ஊர்தி வந்திறங்கியது. அந்த விமானத்தில் ஏறிக்கொண்டு தெய்வமாகிறாள் கண்ணகி என்பதை

கோநகர் பிழைத்த கோவலன் தன்னொடு
வானஊர்தி ஏறினள் மாதோ

என்று சிலப்பதிகார வரிகள் தெரிவிக்கின்றன.

மரத்துக்கு அடியில் ஒரு முலை இழந்த நிலையில் நின்றிருந்த கண்ணகியை அவளது கணவன் கோவலன் வந்து அழைத்துச் சென்ற காட்சியைப் பார்த்தவுடன் கானகத்தில் வசிக்கின்ற மக்கள் வெலவெலத்துப் போய்விட்டனர். கண்ணெதிரில் நடந்த காட்சியை அவர்களால் நம்பவும் முடியவில்லை, நம்பால் இருக்கவும் முடியவில்லை. வானத்தில்

இருந்து ஒரு மனிதன் வருகிறான். அவன் மரத்தின் அடியில் தலைவிரி கோலமாக நின்ற பெண்ணை தான் வந்த விமானத்தில் அழைத்துச் செல்கிறான். அவள் ஒரு முலை இழந்த திருமாவுண்ணி என்று அவர்கள் தாம் கண்ட காட்சியை அரசனுக்கு ஆச்சரியத்தோடு தெரிவித்தனர்.

அவளைவிடப் பெரிய தெய்வம் நமது குலத்திற்கு ஏது என்கிறான் மன்னன்

" என்றலும் இறைஞ்சி, அஞ்சி,
இணை வளைக்கை எதிர்கூப்பி,
நின்ற எல்லையுள் வானவரும்
நெடுமாரி மலர் பொழிந்து,
குன்றவரும் கண்டு நிற்பக்,
கொழுநனொடு கொண்டுபோயினார்;
இவள் போலும் நங்குலக்கோர் இருந்தெய்வம் இல்லை;

குன்றக் குறவை, சிலப்பதிகாரம்

இவ்வாறு நமது இலக்கியங்களில் விமானம் பற்றிய தகவல்கள் ஏராளமாகவே கிடைக்கின்றன. இதில் இருந்து நமது முன்னோர்களின் விமானத் தொழில்நுட்ப அறிவை நாம் தெளிவாகப் புரிந்துகொள்ள முடிகிறது. இந்த விஷயங்களை அலசும் விதத்தில் அறிவியல் மாநாடு ஒன்று மும்பையில் நடந்திருக்கிறது. அது குறித்த தகவல்களைத் தெரிந்து கொள்வோம்.

✪✪✪

23

102-வது இந்திய அறிவியல் மாநாடு மும்பையில் நடந்தது. பன்னாட்டு அறிவியல் அறிஞர்கள் கலந்து கொண்ட இந்த மாநாட்டில் பழங்கால இந்தியாவில் விமானங்கள் இருந்ததாக கேப்டன் ஆனந்த் போடாஸ் பேசியது பலரது புருவத்தை உயரச் செய்தது.

பழங்கால இந்திய அறிவியல் பற்றி கேப்டன் ஆனந்த் போடாஸ் பேசியவை பின்வருமாறு:-

நமது இந்தியாவில் பழங்காலத்தில் யோகிகளும், முனிவர்களும் விமானங்களைக் கண்டுபிடித்திருந்தார்கள். அன்றைய விமானங்கள் ஒரு கிரகத்தில் இருந்து மற்றொரு கிரகத்திற்குச் செல்லும் அளவுக்கு திறன் வாய்ந்ததாக இருந்தது. அந்த விமானத்தைக் காற்றில் நடுவழியில் அப்படியே நிறுத்தி மிதக்கச் செய்ய முடிந்தது.எந்த திசைக்கும் திருப்பி பறக்கச் செய்யும் வகையில் வடிவமைக்கப்பட்டிருந்தது. விமானக் கண்டுபிடிப்பில் அதிகாரபூர்வ வரலாறு மற்றும் அதிகாரபூர்வமற்ற வரலாறு

மும்பையில் அறிவியல் மாநாடு

என இரண்டு வரலாறு இருக்கிறது. 1903-ல் முதல் விமானத்தை ரைட் சகோதரர்கள் கண்டுபிடித்தது அதிகாரபூர்வ வரலாறு. இந்தத் தகவல்கள் 'வைமானிகா பிரகாரணம்' என்ற பழங்காலக் கட்டுரையில் விவரிக்கப்பட்டுள்ளது. ஆனால், காலப்போக்கில் அந்த அறிவியல் கோட்பாடுகள் எல்லாம் மறைந்து விட்டன. இவ்வாறு அவர் பேசினார்.

கேப்டன் போடஸின் அரைமணி நேரப் பேச்சுக்கு எதிர்ப்பு தெரிவித்து நாசா ஆராய்ச்சி மையத்தை சேர்ந்த 200-க்கும் மேற்பட்ட விஞ்ஞானிகள் அவரது பேச்சில் அறிவியலோடு புராண கட்டுக்கதைகளும் கலந்துள்ளதால் அவை மக்களைத் தவறான பாதையில் கொண்டு செல்லும் என ஆன்லைனில் பெட்டிசன் போட்டுள்ளனர்.

ஆனால், இதை மறுத்துள்ள மத்திய மந்திரி ஜவடேகர் பண்டைய இந்திய அறிவியல் கோட்பாடுகள் லாஜிக்கானவை. அவை உடனடியாகப் புரிந்து கொள்ளும் வகையிலேயே உள்ளன. அந்த விஞ்ஞான அறிவை நாம் மதிக்க வேண்டும். என்று வலியுறுத்தினார்.

இந்திய அறிவியல் மாநாட்டு வரலாற்றிலேயே 'சமஸ்கிருதத்தில் பழங்கால விஞ்ஞானங்கள்' என்ற தலைப்பில் கருத்தரங்கம் நடைபெற்றது இதுவே முதன்முறை. பழங்கால இந்தியாவின் தாவர ஆராய்ச்சி, யோகக்கலை, பழங்கால

இந்திய வேதங்களில் விமானத்தைப் பற்றிய தொழில்நுட்பம் மற்றும் பழங்கால அறுவை சிகிச்சை முறைகள் உள்ளிட்ட தலைப்புகளில் பேச 8 பேச்சாளர்களுக்கு அழைப்பு விடுக்கப்பட்டிருந்தது.

நன்றி-தினத்தந்தி

பழங்கால இந்திய விமானம் குறித்து நமது அரசியல் தலைவர்கள் சிலர் கருத்து தெரிவித்துள்ளனர். அதையும் பார்ப்போம்.

பசுக்கள் முதல் விமானம் வரை: அறிவியல் வரலாற்றை 'திருத்தி' எழுதிய இந்திய அமைச்சர்கள்

24 செப்டம்பர் 2017

இந்தியாவின் இளைய கல்வி அமைச்சர், சத்யபால் சிங், பண்டைய இந்திய விஞ்ஞானக் கண்டுபிடிப்புகள் பற்றி பொறியியல் மாணவர்களுக்குக் கற்றுக்கொடுக்க வேண்டியது அவசியம் என்றும், முதன்முதலில் இந்து இதிகாச புராணமான ராமாயணத்தில்தான் விமானம் குறிப்பிடப்பட்டுள்ளது என்றும் கூறி புருவங்களை உயர்த்த வைத்துள்ளார்.

தலைநகர் டெல்லியில் ஒரு பொறியியல் கல்லூரியின் விருது வழங்கும் விழாவில் தலைமை விருந்தினராகக் கலந்து கொண்ட சத்யபால் சிங், விமானம் ரைட் சகோதரர்கள் கண்டுபிடிப்பதற்கு எட்டு ஆண்டுகளுக்கு முன்பே, ஷிவக்கர் பாபுஜி தல்பேடி என்ற ஒரு இந்தியரால் கண்டுபிடிக்கப்பட்டது என்றும் கூறினார்.

ஷிவக்கர் பாபுஜி தல்பேடியின் சாதனைகள் சரிபார்க்கப்படாத நிலையில், சமூக வலைதளங்களில் சத்யபால் சிங்கின் கருத்துக்கள் ஏளனம் செய்யப்பட்டுள்ளன.

இருப்பினும், இத்தகைய கூற்றுக்களைக் கூறும் முதல் இந்திய அமைச்சர் இவர் அல்ல, இவரது கூற்று விஞ்ஞானத்திற்கு பண்டைய இந்தியாவின் பங்களிப்பு அல்லது விமானத்தைக் கண்டுபிடித்தது என்பது மட்டுமே ஆகும்.

2015 ஆம் ஆண்டு ஒரு மதிப்புமிக்க விஞ்ஞான மாநாட்டில்

பேச்சாளர் ஒருவர் தனது பார்வையாளர்களிடம் விமானத்தின் கண்டுபிடிப்பாளர் உண்மையில் 7,000 ஆண்டுகளுக்கு முன்பு வாழ்ந்த பரத்வாஜர் என்ற முனிவர் என்று கூறினார்.

ஓய்வுபெற்ற விமானி மற்றும் விமானி பயிற்சி பள்ளியின் தலைவராக இருந்த கேப்டன் ஆனந்த் போதஸ், ஆயிரக்கணக்கான ஆண்டுகளுக்கு முன்னரே இந்தியா விண்வெளி விமானங்களையும், இன்றைய முறைகளில் இருந்தும் மேம்பட்ட அதிநவீன ரேடாரையும் கொண்டிருந்ததாகக் கூறியிருந்தார்.

கடந்த காலங்களில் கவனத்தை ஈர்த்துள்ள சில சந்தேகத்திற்குரிய விஞ்ஞானக் கூற்றுகள் இங்கு உள்ளன.

மோதி கூறிய 'விநாயகர்' கதை

2014 ஆம் ஆண்டில் பிரதமர் நரேந்திர மோதி, மும்பை மருத்துவமனையில் மருத்துவர்கள் மற்றும் மருத்துவ ஊழியர்களின் கூட்டத்தில் இந்துக் கடவுளான விநாயகரின் கதையானது பழங்கால இந்தியாவில் அழகுக்கான அறுவைச் சிகிச்சை இருந்ததைக் காட்டுகிறது என்று கூறினார்.

"நாங்கள் விநாயகரை வணங்குகிறோம். மனிதனின் உடலில் ஒரு யானையின் தலையை வைத்துள்ளதன் மூலம், பிளாஸ்டிக் அறுவை சிகிச்சை நடைமுறைக்கு வித்திட்டிருக்கக் கூடிய அறுவை சிகிச்சையாளர்கள் சிலர் அப்போதே தன் முயற்சியைத் தொடங்கி இருந்திருக்க வேண்டும்" என்று அவர் கூறினார்.

இந்து இதிகாசங்களின்படி, சிவபெருமான் குட்டி யானையின் தலையை குழந்தையின் உடலில் இணைத்தபோது விநாயகர் உருவாக்கப்பட்டார் என்றும் அவர் கூறினார்.

கடந்த மாதம் உள்கட்டமைப்பு தொழில்நுட்ப ஆராய்ச்சி மற்றும் மேலாண்மை நிறுவனத்தில் உரையாற்றிய மேற்கு மாநிலமான குஜராத்தின் முதலமைச்சர் விஜய் ரூபானி, இந்துமதத்தின் மிகவும் பிரபலமான தெய்வங்களுள் ஒருவரும், இதிகாச புராணமான ராமாயணத்தின் கதாநாயகருமான ராமரின் பொறியியல் திறன்களைப் பாராட்டினார்,

மேலும் "அவரது மனைவி சீதை ராவணனால்

கடத்தப்பட்ட பின்னர், சீதையைக் காப்பாற்றுவதற்காக ராமர் இந்தியாவில் இருந்து இலங்கைக்கு ஒரு பாலம் கட்டினார் என்று ராமாயணம் கூறுகிறது"

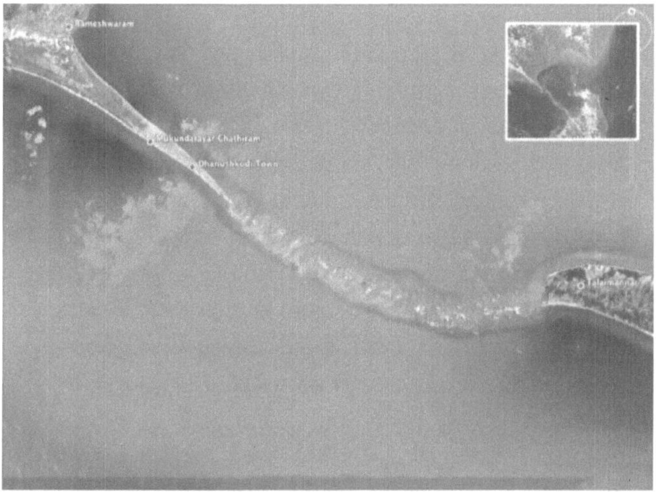

"இந்தியாவையும் இலங்கையையும் பிரிக்கும் குறுகிய கடல் நீளமான பாக் நீரினை இரு நாடுகளுக்கும் இடையில் நிலப்பகுதிகளால் செய்யப்பட்ட திரள்களால் ஆன இணைப்பு உள்ளது என்பதைக் காட்டுகிறது"

"இதில் ஒரு சிறிய பகுதி உண்மையில், ராமரால் கட்டப்பட்ட பாலம் என்று பல இந்துக்கள் இன்றும் நம்புகின்றனர்."

"இலங்கையையும் இந்தியாவையும் இணைக்கும் ராமர் சேது பாலத்தை உருவாக்க ராமர் எத்தகைய பொறியாளர்களைப் பயன்படுத்தி இருப்பார் என்பதைக் கற்பனை செய்து பாருங்கள். மேலும் அணில்கள் கூட தாங்களும் பாலம் கட்ட உதவின. இன்றும் ராமர் சேது பாலத்தின் எஞ்சிய பகுதி கடலில் இருப்பதாக மக்கள் தெரிவிப்பதாக இந்திய ஊடகங்கள் கூறுகின்றன என்று விஜய் ரூபாணி மேற்கோள் காட்டினார்.

our thanks to

www.bbc.com/tamil/india-41367343

✪✪✪

24

இந்து மதப் பாரம்பரியத்தில், இந்தப் பண்டைய கடவுளர்கள் புராண சித்திரங்களாகக் கருதப்படுவதில்லை, ஆனால் சதை மற்றும் இரத்த உயிரினங்கள் வானத்திலிருந்து இறங்கி, உண்மையான வாழ்க்கையை அனுபவித்தனர். இந்துமதத்தின் அடிப்படைகள் பழமையான இந்திய நூல்களில் கவனமாகப் பதிவு செய்யப்பட்டுள்ளன. பாரம்பரியப்படி, இந்த நூல்கள் கடவுளர்கள் என்ன எழுதியுள்ளார்கள் என்பதைப் பதிவு செய்தனர். இந்தப் பாரம்பரிய நூல்கள் கணக்கிடப்படுகின்றன வேதங்கள் (இது இந்து பைபிளை நாம் அழைக்க முடியும்) மற்றும் ஆரம்ப சமஸ்கிருதத்தில் எழுதப்பட்ட பிற கையெழுத்துப் பிரதிகளை.

இந்த நூல்கள், கட்டிடக்கலை, அறிவியல், தொழில்நுட்பம், ஆயுதங்கள் மற்றும் மருந்துகளின் தயாரிப்பைப் பாதுகாத்து வைத்திருக்கின்றன என்பதாக வேத அறிஞர்கள் கருதுகின்றனர். வேத நூல்களின் தோற்றம் பிரபஞ்ச முறைகளால் ஆனது - ஆயிரக்கணக்கான வயதுடையது.

இந்திய கடவுளின் போதனைகள் பறக்கும் இயந்திரங்கள்

அறிவியலாளர்கள் கடவுளர்களிடமிருந்து நேரடியாக வருகிறார்கள் என்று நம்புகிறார்கள் - வெளிநாட்டினர்.

வேதங்கள் ஒரு தெய்வீகக் கையேடு, சில உயர்ந்த நுண்ணறிவின் பரிசு. அநேக இடங்களில் மனிதகுலத்தை உருவாக்குவதற்குத் தகவல் சேகரிக்கப்படும் ஒரு நடைமுறைக் கையேடு.

மும்பையின் பல்கலைக்கழகம், கலினா, இந்தியா, ஜனவரி 29. இந்திய அறிவியல் காங்கிரஸில், உயர் இந்திய பொறியியலாளர் பார்வையாளர்கள் பல்வேறு தொழில்நுட்ப துறைகளில் விரிவுரைகளைச் சந்தித்தனர். பண்டைய இந்திய விமானத் தொழில்நுட்பம் குறித்த அவரது விரிவுரை மூத்த விமானி மற்றும் விமானப் பயிற்சி முகாம் ஆனந்த் ஜே. போடஸ் வழங்கப்பட்டது. தனது விரிவுரையில், பண்டைய வேத நூல்களில் விவரிக்கப்பட்டதை மறுபரிசீலனை செய்ய இளம் பொறியியலாளர்களை அவர் ஊக்கப்படுத்தினார், ஏனென்றால் விமானப் பகுதியில் இன்று நாம் கொண்டுள்ளதை விட மிகவும் மேம்பட்ட கருவிகள் உள்ளன.

இந்த விரிவுரை சர்ச்சையை அதிகப்படுத்தி, வல்லுனர்களை இரண்டு முகாம்களாகப் பிரிக்கிறது. பண்டைய இந்திய நாகரீகங்கள் நம்பமுடியாத விமானத் தொழில்நுட்பத்தைக் கொண்டிருந்தன என்று சிலர் கூறினர்; அது முட்டாள்தனம் என்று மற்றவர்கள் மறுத்தனர். ஆனாலும் ஆயிரக்கணக்கான ஆண்டுகளுக்கு முன்னர் இந்தியாவில் நிலவிய சான்றுகளின் அடிப்படையில் பறக்கும் இயந்திரங்களைத் தயாரிக்க முடிந்தது. இது நம்பமுடியாத விஷயங்களை நிரூபித்தது.

கேப்டன் போடஸ் நீண்டகால ஆராய்ச்சியாளர்களின் நீண்ட வரிசையில் மட்டுமே இருக்கிறார், பழைய படைப்புகள் பறக்கும் இயந்திரங்களின் இழந்த தொழில்நுட்பத்தைப் பற்றிய உண்மையான தகவலைக் கொண்டிருக்கின்றன,

எக்ஸ் ரைட் சகோதரர்களின் முதல் வெற்றிகரமான விமானம், சமஸ்கிருத அறிஞர் சிர்கர் டால்பேட் பண்டைய இந்திய எழுத்துக்களில் இருந்து பெறப்பட்ட தகவல்களின்

அடிப்படையிலேயே அவர் உருவாக்கிய ஒரு விமானத்தைப் பரிசோதித்தார். தல்பாடி வேத நூல்களின் மாணவராக இருந்தார், அவர்களில் ஒருவரைத் தீர்மானிக்க முடிவு செய்தார்.

vimans, வேத வேதாகமத்தில் விவரித்த பறக்கும் இயந்திரங்கள்.

தல்பாத்தின் முதல் பறக்கும் இயந்திரத்திற்கு Marutsakha அல்லது காற்றின் நண்பன். என்று பெயரிடப்பட்டது.

மும்பை கடற்கரையில் ஆயிரக்கணக்கான ரசிகர்கள் முன் அவர் இந்த விமானத்தை எடுத்துச் செல்ல முடிந்தது. சுருக்கமாக, அது 60 கிமீ / மணி நேரத்தில் நகரும். ரைட் பிரதர்ஸ் ஹெச்.எம்.எல்.எம்.எம். கி.மீ மட்டுமே நிர்வகிக்கப்பட்டது, மற்றும் அவர்களது விமானம் 30 விநாடிகளே உயிர் பிழைத்தது. இந்தக் கதை உண்மையாக இருந்தால், அது பறக்கும் வரலாற்றை வியத்தகு முறையில் மொழிபெயர்க்கும். தல்பாத் தன் விமானத்தை உருவாக்கியது, ஆயிரக்கணக்கான பறவைகள் பறக்க நினைப்பதற்கு முன்பே ஆயிரக்கணக்கான ஆண்டுகளாக எழுதப்பட்ட எழுத்துக்களின்படி. அதாவது இந்திய வேதங்களில் சொல்லப்பட்டுள்ள குறிப்புக்கள் மற்றும் தொழில்நுட்பத் தகவல்களின் அடிப்படையில். அது நிரூபிக்கப்பட்டது எப்படி என்றால்? காவ்யா வதடி என்ற ஒரு

காவ்யா வதபி அவரது 3D மாதிரிகள்

3D மாதிரியான UI MANA

இந்தியப் பொறியியலாளர் புது தில்லியைச் சேர்ந்தவர். இவரது அலுவலகம் பழைய மாதிரிகளை மீண்டும் உருவாக்கவும் Marutsakhu டிஜிட்டல் 3D மாதிரி தல்ப்பேட் போன்ற வேத நூல்களில் இருந்து அதே தகவலைப் பயன்படுத்துகிறது.

டிராவிஸ் டெய்லர், ஒரு விண்வெளி மற்றும் விண்வெளி பொறியாளருடன் தனது டிஜிட்டல் வடிவமைப்புகளைப் பகிர்ந்து கொண்டார், இவர் காந்தச் சுழற்சியில் தனது ஏரோடைனமிக் குணங்களைப் பரிசோதிப்பதற்காக 3D பிரிண்டரில் மாதிரியை அச்சிட்டார்.

இதற்கு முன்னாள் கலிஃபோர்னியா பல்கலைக்கழகம்,

ஜியார்ஜியோ டோககோலாஸ்
ய டிராவிஸ் டெய்லர்

இர்வின், ஏப்ரல் 29. எரிசக்தி பொறியாளர் டிராவிஸ் டெய்லர் ஒரு மாதிரி விமானத்தை வாங்கியுள்ளார், அதன் வடிவமைப்பு குறிப்புகள் பண்டைய இந்திய நூல்களிலிருந்து பெறப்பட்ட தகவல்களை அடிப்படையாகக் கொண்டிருக்கின்றன. இவைகளை வைத்துப் பார்க்கும் போது, குறைந்தபட்சம் 1800 வருட நுல்களின் உரைப்படி அந்தத் தகவலைப் பொருத்து மாதிரி விமானங்கள் உருவாக்கப்பட்டன., இந்த நூல்களில் பழங்கால இந்திய எழுத்துக்களில் இருந்து பெறப்பட்ட தகவல்கள் நம்பத்தகுந்ததாக நிரூபிக்கப்பட்டன. ஆதாரம்: பண்டைய ஏலியன்ஸ் S1211 மற்றும் /uk

மொழிபெயர்ப்பு: Sueneé

✪✪✪

25

1703 ம் ஆண்டு டிசம்பர் மாதம் 17 ம்தேதி முதன் முதலாக வானத்தில் பறவையைப் போல ஒரு எந்திரம் பறந்தது. இதுவே மனித வரலாற்றின் முதல் விமானம் என்று ஆங்கிலேயர்கள் எழுதி வைத்தனர். இதைக் கண்டு பிடித்தவர்கள் ரைட் சகோதரர்கள் என்பது இன்று இருக்கும் குழந்தைக்கும் தெரியும். ஆனால் ரைட் சகோதரர்கள் விமானத்தைக் கண்டுபிடித்து வானத்தில் வெள்ளோட்டம் நடத்துவதற்கு முன்னால் இந்தியாவில் ஒரு விமானம் பறந்திருக்கிறது என்று சொன்னால் நம்புவீர்களா ?

ஆனால் அது தான் வரலாற்றில் மறைக்கப்பட்ட உண்மை. ரைட் சகோதரர்கள் தங்கள் விமானத்தை வானத்தில் செலுத்துவதற்கு எட்டு ஆண்டுகளுக்கு முன்னால் இந்தியாவில் 1895 ம் ஆண்டு பம்பாயில் சௌபாதி கடற்கரையில் முதல் விமானம் 1500 அடி உயரத்தில் பறந்தது. இந்த அற்புதத்தை

இந்தியாவில் பறந்த முதல் விமானம்

ஏராளமான மக்கள் கடற்கரையில் கூடியிருந்து கண்டு களித்தனர்.

இந்த அதியற்புத நிகழ்ச்சி மாட்சிமை நிறைந்த பரோடா சமஸ்தானத்தின் மன்னர் ஸ்ரீ சயாஜி ராவ் கெய்வாட் முன்னிலையில் நடந்தது. அப்போது அவருடன் சிறப்பு நீதிபதி மகாதேவ கோவிந் ராவோடே அவர்களும் இருந்து கண்டு களித்தார். இந்த உலக அதிசயமான நிகழ்ச்சியைப் பூனாவில் இருந்து வெளியான கேசரி என்ற பிரபல செய்தித்தாள் கொட்டை எழுத்துக்களில் வெளியிட்டது.

இப்படிப்பட்ட உலக அதிசயமான விமானத்தைக் கண்டுபிடித்தது மாபெரும் விஞ்ஞானி அல்ல, ஒரு சாதாரண சமஸ்கிருத பண்டிதர். அவர் பெயர் சிவகுமார் பாபுஜி தாலபேயி. இந்த விமானத்திற்கு மாருதி சக்தி என்று அவர் பெயர் வைத்திருந்தார். பரத்வாஜ முனிவர் எழுதிய எந்திர சர்வாஸ்யா என்ற நூலின் அடிப்படையிலேயே இந்த விமானத்தைக் கட்டுமானம் செய்து பறக்க விட்டார் சமஸ்கிருத பண்டிதர்.

இதன் பிறகு வந்த பிரிட்டிஷார் இந்தத் திட்டத்திற்கு பரோடா அரசாங்கம் எந்தவிதமான ஆதரவோ, நிதியுதவியோ செய்யக்கூடாது என்று கடுமையான உத்தரவுகளைப் போட்டுவிட்டனர். ஆகவே இந்தியர்களின் விமான ஆராய்ச்சியும் முதல் கண்டுபிடிப்பும் மழைக்கால களிமண் போல கரைந்துபோய் மக்களின் பார்வையில் இருந்தும் நினைவில் இருந்தும் மறைந்து விட்டது.

இதோடு விடாமல் ஆங்கிலேயர் விமான ஆராய்ச்சிகள் எங்கும் நடக்காமல் பார்த்துக் கொண்டனர் , மேலும் அது குறித்த சுவடிகளை அழித்தனர் அல்லது தங்கள் வசம் வைத்துக் கொண்டனர். ஒரு விமானம் உருவாக்கப்பட்டு இந்திய வானில் பறக்கவிடப்பட்டதாக இந்தத் தகவல் தெரிவிக்கிறது அல்லவா? அது குறித்த கூடுதல் விவரங்களை அறிந்து கொள்வோம்.

✪✪✪

26

அமெரிக்காவை சேர்ந்த ஓர்வில்லி ரைட் (orville Wright) மற்றும் வில்பர் ரைட் (Wilbur wright) சகோதரர்கள் 1903 ஆம் ஆண்டு உலகின் முதல் விமானத்தை இயக்கி காட்டியபோது அவர்களை உலகமே வியந்து பார்த்தது.

ஆனால் இவர்கள் விமானத்தைக் கண்டுபிடிப்பதற்கு எட்டு ஆண்டுகளுக்கு முன்பே இந்தியாவை சேர்ந்த ஷிவ்கர் பாபுஹி தால்பேட் என்பவர் தனது மனைவியுடன் சேர்ந்து மும்பை சவுபதி கடற்கரையில் ஆளில்லா விமானத்தைப் பறக்கவிட்டு அனைத்து மக்களையும் அதிசயிக்க வைத்தார்.

தால்பேட் பம்பாயின் சித்ரா பஜார்

உலகின் முதல் விமானத்தைக் கண்டுபிடித்தது இந்தியரா?

என்னும் இடத்தில் பிறந்தவர். சிறுவயதிலேயே விமானம் தொடர்பான குறிப்புகளைப் பிரமிப்புடன் படிக்கத் தொடங்கியவர், பின்னர் அதிலேயே தன்னை ஈடுபடுத்திக் கொண்டார். இதற்காக தாமஸ் ஆல்வா எடிசன், ஹைரம் மேக்ஸம்(இயந்திர துப்பாக்கியைக் கண்டுபிடித்தவர்) ஆகியோர் விமானம் தொடர்பாகச் செய்த ஆராய்ச்சிகளின் குறிப்புகளைத் தேடித் தேடிப் படித்தார்.

Subbaraya Sastri

இந்நிலையில் சுப்பராய சாஸ்த்ரி பண்டிதர் என்பவரைச் சந்தித்த பின் அவரது வாழ்க்கையின் திசை மாறத்தொடங்கியது. பரத்வாஜ மகரிஷி ரிக் வேதத்தில் குறிப்பிட்டுள்ள விமானம் தொடர்பான ஸ்லோகங்கள் குறித்து சுப்பராய சாஸ்த்ரி தால்பேட்டுக்கு விளக்கியுள்ளார்.

இதையடுத்து வேதங்களில் உள்ள குறிப்புகளைத் தெரிந்து கொள்வதற்காக அவர் சமஸ்கிருதத்தை முழுமையாகக் கற்றறிந்தார். பின்னர் வேதங்களில் குறிப்பிட்டுள்ள குறிப்புகளை வைத்து விமானத்தை உருவாக்கும் முயற்சியில் இறங்கினார்.

இந்த ஆராய்ச்சிக்கு பரோடா மன்னர் சாயாஜிஷிண்டே நிதி அளித்து உதவினார். இறுதியாக மாருத்சகா என்ற தனது விமானத்தை தால்பேட் உருவாக்கினர். பின்னர் இதனைப் பறக்கவிட்டு சோதித்துப் பார்க்க முடிவு செய்தார். அதற்கு முன்னால் இந்த விமானத்தின் முக்கிய சிறப்பு ஒன்றை நாம் தெரிந்துகொள்ள வேண்டும்.

இந்த விமானத்தின் இஞ்சின் தான் அது. ரைட் சகோதரர்கள் கண்டுபிடித்த விமானத்தின் இஞ்சினை விடச் சிறந்ததாகக் கூறப்படுகிறது.

அதாவது, பாதரசத்தை எரி பொருளாகக் கொண்ட MERCURY VORTEX ENGINE என்னும் இஞ்சின் அமைப்பை தால்பேட் பயன்படுத்தினார்.

பாதரசத்தை எரிபொருளாகப் பயன்படுத்தும் ஆராய்ச்சியில் அமெரிக்காவின் நாசாவே இன்னும் முழு வெற்றி அடையவில்லை என்பது குறிப்பிடத்தக்கது. ஆனால் சுமார் 100 ஆண்டுகளுக்கு முன்னர் இதனை தால்பேட் நிகழ்த்திக் காட்டியுள்ளார்.

1895ஆம் ஆண்டு பரோடா மன்னர் சாயாஜிஷிண்டே, நீதிபதிகள் அறிஞர்கள் மற்றும் பாமர மக்கள் முன்னால் தனது ஆளில்லா விமானத்தைப் பறக்கவைத்துக் காட்டினார்.

அங்கிருந்தவர்கள் அனைவரும் ஒரு கணம் ஆச்சரியத்தில் உறைந்து போனார்கள் என்றே கூறலாம். ரைட் சகோதரர்களின் விமானம் 100 அடி உயரம் பறந்து 20 நொடிகளில் கீழே விழுந்தது.

ஆனால் தால்பேட்டின் விமானமோ 1500 அடிகள் பறந்து 15 நிமிடங்களுக்கு பிறகு கீழே விழுந்தது. பொது மக்களோடு மக்களாக பரோடாவின் மகாராஜா, சர் சயாஜிராவ் கேக்வாட் அவர்களும் ஜஸ்டிஸ் கோவிந்த் ரானடே அவர்களும் அதைக் கண்டு வியந்தனர். இந்த செய்தி அப்போதைய “கேசரி” நாளிதழிலும் வெளியானது.

இந்தத் தகவலை அறிந்த ஆங்கிலேய அரசு உடனடியாக தால்பேட்டை கைது செய்தது. மேலும் அவருக்கு நிதி உதவி செய்த மன்னரையும் எச்சரித்தது. பின்னர் சிறையில் இருந்து வெளிவந்த தால்பேட் தனது ஆராய்ச்சியைத் தொடராமலேயே இறந்துபோனார். அவருடன் அவரது கனவும் இறந்துபோனது.

ஒரு வேளை அவரது உழைப்பு அங்கீகரிக்கப்பட்டிருந்தால் சரித்திரம் மாற்றி எழுதப்பட்டிருக்கும்.

நன்றி -http://www.newindianews.com

✪✪✪

27

ரைட் சகோதர்கள் ஆகாய விமானத்தில் பறப்பதற்கு 8 ஆண்டுகளுக்கு முன்னரே சிவ்கர் பாபுஜி தல்பேட், தான் தயாரித்த விமானத்தில் 1895ஆம் ஆண்டு மும்பையில் உள்ள சௌபதி பகுதியில் பறந்து காட்டியுள்ளார்.

கேப்டன் ஆனந்த் போதாஸ் மற்றும் அமேயா ஜாதவ் ஆகிய இருவரும் பண்டைய கால விமானப் போக்குவரத்து குறித்து ஆராய்ச்சி மேற்கொண்ட போது இது தெரியவந்திருக்கிறது.

இது தொடர்பான ஆய்வறிக்கையை இருவரும் 2015ஆம் ஆண்டு மும்பையில் நடந்த 102வது இந்திய அறிவியல் காங்கிரஸ் மாநாட்டில் சமர்ப்பித்துள்ளனர். சமஸ்கிருத அறிஞரான சிவ்கர் பாபுஜி தல்பேட் வேதங்களைக் கற்றறிந்தவர். அது குறித்த ஆராய்ச்சிகளையும் மேற்கொண்டவர் ஆவார்.

இவர் ரிக் வேதத்தில் குறிப்பிடப்பட்டுள்ள

பாபுஜி தல்பேட்டின் சாதனை

பறக்கும் இயந்திரங்கள், விமானங்கள் ஆகியவை குறித்தும் அவற்றின் செயல்பாடுகள் குறித்தும் பல்வேறு கட்டமாக ஆராய்ந்துள்ளார். மேலும், சப்தரிஷிகளுள் முக்கியமானவர்களான அகத்தியர் மற்றும் பாரத்துவாஜர் மாமுனிகள் குறிப்பிட்டுள்ளவற்றை ஆராய்ந்து பார்த்தே அதன்படி விமானத்தைத் தயாரித்துள்ளார் என்றும் கூறப்படுகிறது. எனினும் இந்த வரலாற்றை ஆங்கிலேயர்கள் மறைத்துவிட்டனர் என்றும் குற்றச்சாட்டு முன்வைக்கப்படுகிறது.

ரைட் சகோதரர்களுக்கு முன்னதாகவே விமானம் தயாரித்து அதில் பறந்து காட்டியவர் என்று கருதப்படும் சிவ்கர் பாபுஜி தல்பேட்டின் வாழ்க்கை வரலாற்றை அடிப்படையாகக் கொண்டு 2015ஆம் ஆண்டு ஹவாய்சாடா என்ற இந்தி திரைப்படம் எடுக்கப்பட்டுள்ளதும் குறிப்பிடத்தக்கது. இவர்கள் முழுக்க முழுக்க இந்தியாவின் பழங்கால ரிக் வேதங்களில் தெரிவித்துள்ள முறைப்படி அந்த விமானத்தை வடிவமைத்தனர். விமான சாஸ்த்திரம் குறித்து 100 தொகுப்புகளில், 8 பகுதிகளாக, 500 விதிகளில், 3000 ஸ்லோகங்களாக ரிக் வேதம் விளக்குகிறது. இன்றைய அறிவியலுக்குப் புலப்படாத பல விஷயங்கள் அதில் புதைந்துள்ளது என்றும் அவர்கள் குறிப்பிடுகின்றனர், மேலும் இவர்கள் பரத்வாஜ முனிவரால் இயற்றப்பட்ட விமானம் செய்யும் வழிமுறைகள் அடங்கிய பழங்கால ஏடுகள் மூலம் இதைச் சாதித்தனர். உலகில் முதல் முதலில் பாதரசத்தை (Mercury) எரிவாயுவாகப் பயன்படுத்தியது இந்தியர்கள் தான். பாதரசத்தை எரிவாயுவாகப் பயன்படுத்துவது எவ்வாறு என்று இன்றும் விஞ்ஞானிகள் ஆய்வு செய்து கொண்டு தான் இருக்கின்றனர். இந்த விமானம் முழுக்க முழுக்க பாதரசத்தைப் பயன்படுத்தும் Mercury Vortex Principle அடிப்படையைக்

Shivkur Bapuji Talpade

கொண்டது. இந்த Ion Mercury Vortex Engine MdJ NASA வின் தீவிர ஆய்வில் உள்ளது.

இதைப்பற்றி தி ஹிஸ்டரி சேனல் (The History Channel) என்ற தனியார் தொலைக்காட்சி நிறுவனம் வெளியிட்ட ஏன்ஸியன்ட் ஏலியன்ஸ் (Ancient Aliens) என்ற ஆவணப்படத்திலும் குறிப்பிடப்பட்டுள்ளது

நன்றி -http://www.newindianews.com

✪✪✪

28

ஆப்பிரிக்காவின் பல்வேறு நாடுகளின் வழியாகப் பறந்து வந்த பழைய விமானங்கள் தென்னாப்பிரிக்காவின் ஸ்டெல்லன்பாஸ் நகரில் பாதுகாப்பாகத் தரையிறங்கின.

விமானங்களை இயக்குவதில் ஆர்வங்கொண்டவர்கள் பழைய விமானங்களின் மூலம் கிரேக்க நாட்டின் தீவில் இருந்து புறப்பட்டு எகிப்து, தெற்கு சூடான், எத்தியோப்பியா உள்ளிட்ட 10 நாடுகளின் மீது பயணித்தனர். இவர்களின் 35 நாள் பயணம் தென்னாப்பிரிக்காவின் ஸ்டெல்லன்பாஸ் நகரில் நேற்று முடிவடைந்தது. சுமார் பன்னிரண்டாயிரம் கிலோமீட்டர் தொலைவுப் பயணத்தை முடித்துக்கொண்டு ஓடுபாதையில் பாதுகாப்பாகத் தரையிறங்கிய விமானத்தையும் விமானிகளையும் ஸ்டெல்லன்பாஸ் மக்கள் அன்புடன் வரவேற்றனர்.

இந்த விமானப் பேரணியில் கனடா, நியூசிலாந்து, ரஷ்யா, அமெரிக்கா, பிரிட்டன்

பழங்கால விமானங்கள் பங்குபெற்ற விமானப் பேரணி

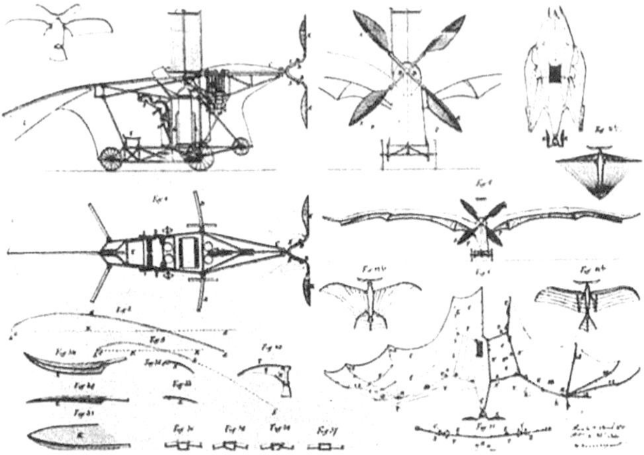

உள்ளிட்ட நாடுகளைச் சேர்ந்த விமான ஓட்டுநர்கள் பங்கேற்றது குறிப்பிடத்தக்கது. இதற்கே அவர்கள் பெருமை பீற்றிக் கொள்கிறார்கள். ஆனால் இதற்கு எள்ளுத்தாத்தா கொள்ளுத்தாத்தா விமானங்களை எல்லாம் நமது ரிஷிகள் செய்து பறக்கவிட்டிருக்கிறார்கள். அதற்கான ஏராளமான சான்றுகளை நாம் இதுவரையில் பார்த்துவிட்டோம்.

'புஷ்பக விமானம் குளுகுளு சாதன வசதியைக் கொண்டது. மனோவேகத்தில் பறக்க வல்லது.பயணிகளுக்குத் தக்கபடி அதன் அளவைக் கூட்ட வல்லது. இதை விஸ்வகர்மா பிரம்மாவிற்காக உருவாக்கினார். பிரம்மா இதைக் குபேரனுக்குத் தர குபேரனிடமிருந்து ராவணன் கவர்ந்து கொண்டான்" என்கிறது வால்மீகி ராமாயணம் .

நமது முன்னோர்களின் விமான அறிவு எல்லா நாட்டினராலும் வியந்து பார்க்கப்படுகிறது. இது குறித்து ஆராய்ச்சிகளும் அவ்வப்போது நடந்து வருகின்றன. பல இடங்களில் கண்டுபிடிக்கப்பட்ட குகை ஓவியங்களில் பறக்கும் தட்டுக்கள் மற்றும் விமானங்கள் தென்படுகின்றன. 5000 ஆண்டுகளுக்கு முன்னாலேயே நமது முன்னோர் விமானம் செய்து பறக்க விட்டிருக்கிறார்கள்.

✪✪✪

29

இன்னும் 20 வருடங்களில் ஒரு அயல்கிரகவாசியைப் பார்த்து விடுவோம் என்ற நாஸா விஞ்ஞானியின் அறிவிப்பு 2014 ஜூலையில் வெளி வந்து அனைவரையும் பிரமிக்க வைத்தது. இதைத் தொடர்ந்து இதே ஜூலை மாதம் (18-7-2014 ஆங்கில நாளிதழ்களில் வெளியான செய்தியின் படி) சட்டீஸ்கர் மாநிலத்தில் ஜே.ஆர், பகத் என்ற தொல்லியல் ஆராய்ச்சி வல்லுநர் பஸ்தார் மாவட்டத்தில் உள்ள ஒரு பழங்காலக் குகையில் சில ஓவியங்களைக் கண்டு பிடித்துள்ளார். இவை அயல்கிரகவாசிகள் வந்த பறக்கும் தட்டுகளைப் போல உள்ளது என்ற அவரது கூற்றால் சட்டீஸ்கர் மாநில அரசு மேற்கொண்டு இதை ஆராய நாஸாவையும் இந்திய விண்வெளி ஆய்வு நிறுவனமான இஸ்ரோவையும் அணுகலாம் எனத் தீர்மானித்துள்ளது.

இப்படிப்பட்ட செய்திகள் அவ்வப்பொழுது உலகெங்கிலுமிருந்து வந்து கொண்டே இருக்கின்றன. அயல்கிரகவாசிகள்

5000 ஆண்டுகளுக்கு முன்னர் இந்தியர் கட்டிய விமானம்

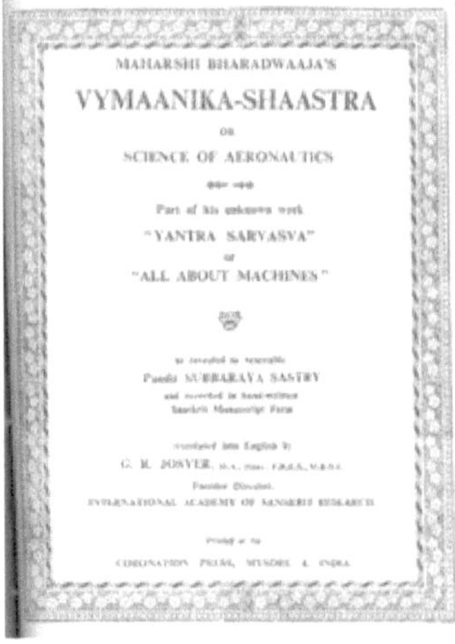
MAHARSHI BHARADWAAJA'S

VYMAANIKA-SHAASTRA

OR

SCIENCE OF AERONAUTICS

Part of his unknown work

"YANTRA SARVASVA"

or

"ALL ABOUT MACHINES"

Pandit SUBBARAYA SASTRY

G. R. JOSYER

INTERNATIONAL ACADEMY OF SANSKRIT RESEARCH

CORONATION PRESS, MYSORE 4. INDIA

பறக்கும் தட்டில் பூமிக்கு வருவதை விட ஒரு அதிசயமான செய்தி இந்தியர்களாகிய நாம் ஐயாயிரம் ஆண்டுகளுக்கு முன்பே விமானம் அமைத்துப் பறந்தோம் என்பது தான்! 2012 இல் வெளியான இந்தச் செய்தி 2013ஆம் ஆண்டில் மிக்க பரபரப்பான ஒன்றாக ஆனது. ரஷிய உளவுத்துறை முகமையான ரஷியன் ஃபாரின் இன்டெலிஜென்ஸ் சர்வீஸ் எனப்படும் SVR இந்தச் செய்தியை வெளியிட்டதால் அதிகாரபூர்வமான ஒன்றாக இது உலகெங்கும் கருதப்பட்டது.

எட்டு அமெரிக்க வீரர்களைக் காணவில்லை

இந்தச் செய்தியின் படி 5000 ஆண்டுகள் பழமையான ஒரு இந்திய விமானம் ஆப்கானிஸ்தானத்தில் ஒரு காலக் கிணற்றில் (TIME WELL) கண்டு பிடிக்கப்பட்டுள்ளது. குகை போன்ற இதிலிருந்து விமானத்தை மீட்க முயன்ற எட்டு அமெரிக்கர்கள் காணாமல் போயினர். இது தான் பரபரப்புக்குக் காரணமாகியுள்ளது. மேலை உலகத்தின் பல பிரபலமான தலைவர்கள் இந்த இடத்திற்கு விஜயம் செய்துள்ளது இந்தச் சம்பவத்தின் முக்கியத்துவத்தை அதிகரித்துள்ளது. இது குறித்து வேறொரு கட்டுரையில் நாம் விரிவாகப் படிக்கலாம்.

மகாபாரதத்தில் உள்ள 50 அத்தியாயங்களை நன்கு ஆராய்ந்த சர் டெஸ்மாண்ட் லெஸ்லி," அதில் குறிப்பிடப்படும் விமானங்கள் உண்மையில் புவி ஈர்ப்பு விசையை எதிர்த்து வேகத்துடன் பறப்பவை" என்று கூறுகிறார்.

ஏட்டுச்சுவடி ஆய்வுகள்

ஏறக்குறைய ஐம்பது ஆண்டுகளுக்கு முன்னால் திபெத்தில் உள்ள லஹசா என்ற இடத்தில் சீனர்கள் வடமொழியில்

எழுதப்பட்ட பல ஓலைச்சுவடிகளைக் கண்டெடுத்தனர். அவற்றை சண்டிகாரில் உள்ள பல்கலைக் கழகப் பேராசிரியை ரூத் என்பவரிடம் அனுப்பி வைத்தனர். நட்சத்திரங்களுக்கு இடையில் பயணம் செய்யும் ஆற்றல் படைத்த விண்வெளி ஓடங்களைக் கட்டுமானம் செய்யும் தொழில்நுட்பத்தைப் பற்றி அந்த வடமொழியில் அமைந்த ஓலைச்சுவடிகள் தெரிவிப்பதாக அவர் கூறினார்.

அதில் இருக்கும் புரபல்லர்கள் புவி ஈர்ப்பு விசையை எதிர்த்துச் செல்லும் அமைப்பைக் கொண்டவை என்றும், இதையே நமது பழைய இதிஹாஸங்கள் மற்றும் யோக நூல்கள் லகிமா என்று குறிப்பிடுகின்றன என்றும் குறிப்பிடுகிறார். இந்தச் சுவடிகள் பல நூற்றாண்டுகள் பழமையானவை என்று குறிப்பிடும் அவர், அதில் அனிமா (யார் கண்களுக்கும் தெரியாமல் மறையும் தன்மை) கரிமா (ஈய மலை போல மிகவும் கனமாக ஆகும் தன்மை).ஆகியவையும் குறிப்பிடப்பட்டுள்ளன என்கிறார்.

மகாபாரதம் குறிப்பிடும் இந்தப் பறக்கும் விமானங்கள் நான்கு சக்கரங்களையும் 12 அலகுகள் என்ற அளவையும் கொண்டுள்ளதாம்! தீ ஜுவாலையுடன் எழும்பும் இந்த விமானங்களோடு ரெப்ளக்டர் எனப்படும் சூரிய ஒளியை கற்றையாகப் பிரதிபலிக்கும் அபூர்வ ஆயுதங்களைப் பற்றியும்

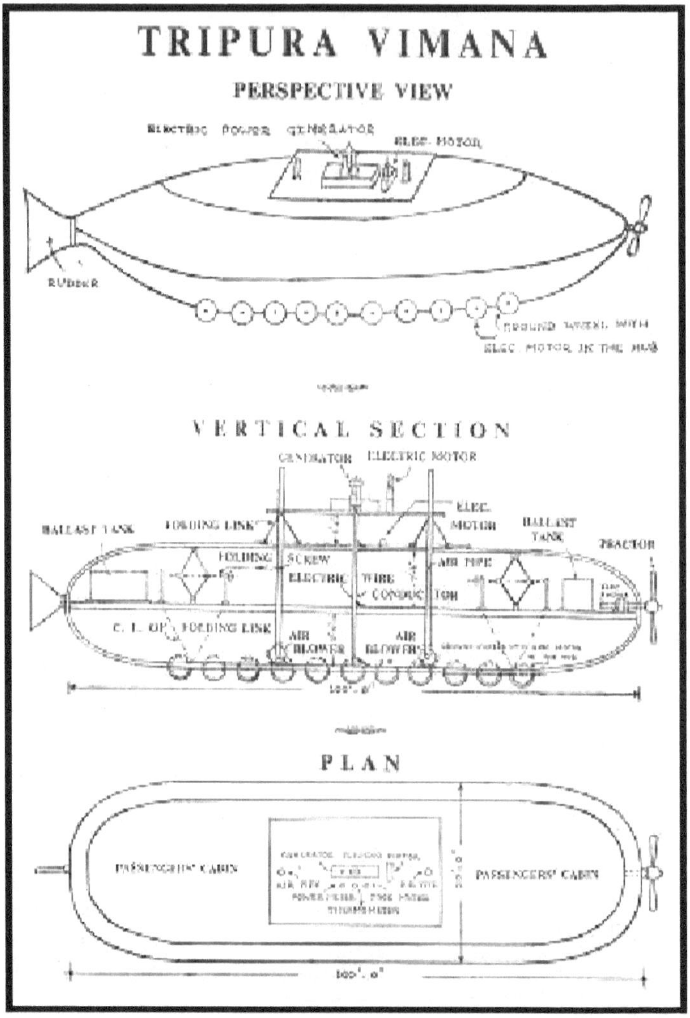

மகாபாரதம் குறிப்பிடுகிறது. எதன் மீது அந்த ஒளிக்கற்றை செலுத்தப்பட்டாலும் அந்தப் பொருள் அதே கணம் பஸ்மமாக ஆகி விடும்! இந்த விவரங்களை எல்லாம் அறிந்து கொண்ட மேலை உலகம் விசித்திரமான இந்த ஆயுதம் தங்களின் எதிர்காலப் போர்களுக்கு உதவும் என்ற முடிவுக்கு வந்தனர். ஆகவே அமெரிக்க அரசும் ஐரோப்பிய நாடுகளும் இதன் மீது கவனம் செலுத்தின. இரகசியமாகத் தங்கள் நாட்டு நிபுணர்களை

அனுப்பி அமெரிக்கர்கள் காணாமல் போன மர்மத்தை ஆராயுமாறு அவர்களுக்குக் கட்டளை பிறப்பித்துள்ளன.

இந்திய விமானங்கள் குறித்து ஆய்வு செய்தவர்கள்- பறக்கும் தட்டுகளைப் பற்றி ஆராயும் அமெரிக்க விஞ்ஞானியான டாக்டர் ஃப்ராங்க்ளின் ரூஹெல் தான் மேற்கொண்ட விரிவான ஆராய்ச்சிகள் மூலமாக இந்திய இதிஹாஸங்களான ராமாயணமும் மஹாபாரதமும் அணு ஆயுதங்களைப் பற்றியும் பறக்கும் தட்டுகளைப் பற்றியும் விரிவாக விளக்குகின்றன என்கிறார். பல அறிவியல் தொலைக்காட்சி தொடர்களுக்கும் திரைப்படங்களுக்கும் ஆலோசகராகப் பணியாற்றிய இவரது புத்தகங்கள் பல்லாயிரக்கணக்கில் உலகெங்கும் பரபரப்புடன் விற்பனையாகியுள்ளன.

"இந்திரனுடைய விமானங்களைப் பற்றி 32 விளக்கங்கள் உள்ளன. விமானம் இயக்கும் விதம், அதன் வடிவமைப்பு, ஒளி விளக்குகள் போன்றவை விளக்கமாக எடுத்துரைக்கப்பட்டுள்ளன. சூரியனுடைய ஆற்றலால் இயங்கும் விமானங்கள் இவை. லேசர் ஒளி ஆயுதங்கள், ராடார் திரைகள் ஆகியவை இந்த விமானங்களில் பொருத்தப்பட்டிருப்பது தெரிய வருகிறது" என்று அவர் வியந்து கூறுகிறார்.

டாக்டர் ரூஹெல்லைப் போன்றே பிரம்ம ஞான சபையைச் சேர்ந்த கர்னல் ஆல்காட், பிரிட்டனைச் சேர்ந்த டபிள்யூ.. ரேமாண்ட் ட்ரேக், பரத்வாஜ ரிஷியின் விமான சாஸ்திரத்தை ஆயிரத்தித் தொள்ளாயிரத்து ஐம்பதுகளில் வெளியிட்ட மைசூரைச் சேர்ந்த ஜி.ஆர். ஜோஸ்யர், சமீபத்தில் இது பற்றி ஆராய்ந்த கிருஷ்ண குமார் உள்ளிட்ட ஏராளமானோர் பழங்கால இந்திய விமானங்களைப் பற்றிக் குறிப்பிட்டு விரிவாக விளக்கியுள்ளனர்.

இந்தக் கட்டுரை பாக்யா இதழில் திரு நாகராஜன் எழுதிய கட்டுரையை அடிப்படையாகக் கொண்டது.

✪✪✪

30

ஆப்கனிஸ்தானத்தில் உள்ள பாலைவனத்தில் உளவுப்பணி ஒன்றில் ஈடுபட்டிருந்த போது இந்த அமெரிக்கர்கள் இந்த விமானத்தைப் பார்த்தனர். ஆனால் அதை எடுக்க அவர்களால் முடியவில்லை. எடுக்க விடாமல் அங்கு "ஏதோ ஒரு ஆற்றல்" அதைப் பாதுகாக்கிறது என்பதை அறிந்து கொண்டனர். ஏறத்தாழ 5000 ஆண்டுகளுக்கு முந்திய பழங்கால இந்திய விமானம் ஒன்று ஆப்கானிஸ்தானத்தின் இருண்ட குகையில் கண்டெடுக்கப்பட்டுள்ளது. இதில் ஆச்சரியம் என்னவென்றால் இதன் விளைவாக எட்டு அமெரிக்க வீரர்கள் மாயமாக மறைந்திருக்கிறார்கள். அதுமட்டும் அல்லாமல், மேற்கத்திய நாடுகளின் அரசியல் பிரபலங்கள் பலரும் இந்த இடத்திற்கு அவசரமாக விசிட் அடித்து வருவது மேலும் பரபரப்பை ஏற்படுத்தி இருக்கிறது. மிகப்பெரிய தேசியத்தலைவர்கள் இந்த இடத்தை நோக்கி அவசரமாக மர்மமான முறையில் படையெடுக்க வேண்டிய அவசியம் என்ன? 2012ம் ஆண்டு கோடைகாலத்தில் ஆப்கானிஸ்தானத்தை நோக்கி ஒருவர் பின் ஒருவராக ஒரு வாரகாலத்திற்குள் சென்றதன் ரகசியம் என்ன ?

கண்ணுக்கு மறைந்த அமெரிக்க வீரர்கள்

பராக் ஒபாமா, டேவிட் கேமரூன் மற்றும் ஆன்ஜிலா மெர்கேல் ஆகியோர் இதில் அடங்குவர். மிகப்பழங்கால ஆகாயத்தில்பறக்கக்கூடிய இயந்திரம்ஒன்று அதாவது ஏறத்தாழ ஐயாயிரம் ஆண்டுகள் பழமையானது, மிகவும் சிக்கலான குகைப்பகுதியில் கண்டெடுக்கப்பட்டுள்ளது. பழங்கால இந்திய வேதங்களில், இதிகாசப் புராணங்களில் குறிப்பிடப்பட்டுள்ள விமானமே அது. அதைப் பார்ப்பதற்காகவே அரசியல் பிரபலங்கள் அந்த இடத்திற்கு அவசரமாக ஒரு விசிட் அடித்து இருக்கிறார்கள் என அமெரிக்காவின் விமானப்படையின் அதிகார பூர்வமான நாளேடு ஒன்று அறிவித்திருக்கிறது. ஆப்கானிஸ்தானத்தின் சாரண இயக்கத்தைச் சார்ந்த எட்டு சாரணர்கள் இந்தப் பகுதியின் பாலைவனத்தில் தங்கள் கண்டுபிடிப்பைத் தொடர்ந்தனர். அவர்கள் மிகவும் குறுகலான மனிதர்கள் நுழையமுடியாத குகையின் உள்ளே ஒரு பறக்கும் இயந்திரத்தைக் கண்டு பிடித்தனர். அது இந்திய வேதங்களில் சொல்லப்பட்டதைப் போன்ற தோற்றத்தில் காணப்பட்டது.

விமானம் கண்டறியப்பட்ட குகைப்பகுதி

அந்த விமானத்தை அருகே நெருங்கி ஆராயலாம் என்று வீரர்கள்நெருங்கியபோது அவர்களினால் ஒரு குறிப்பிட்ட எல்லையைத் தாண்டி விமானத்தைத் தொட முடியவில்லை. ஏதோ ஒரு கண்ணுக்குத் தெரியாத சக்தி அந்த விமானத்தை யாரும் நெருங்க விடாமல் செய்வதாக அவர்கள் தெரிவித்தனர். இந்த விஷயம் தான் உலகநாடுகளின் அரசியல் தலைவர்களின் ஆர்வத்தை அதிகப்படுத்தி அவர்களை அங்கே படையெடுக்க வைத்தது.

விமானத்தை கிட்டே நெருங்கமுடியாத படி கண்ணுக்குத்தெரியாத ஒரு பாதுகாப்பு வளையம் இருப்பதையும் அதில் இருந்து குறைந்த அளவு மின்சாரம் பாய்வதையும், அவர்கள் சொன்னபோது அந்தத் தகவல் அனைவரையும் பிரமிக்க வைத்தது. எட்டு பேர்கள் கொண்ட குழு அந்த விமானத்தை நகர்த்த முயற்சிகள் மேற்கொண்டபோது அவர்கள் மாயமாக மறைந்து விட்டனர். அவர்கள் காலயந்திரத்தின் பிடியில் அகப்பட்டு வேறொரு பரிமாணத்திற்குச் சென்று விட்டனர். அவர்களைக் காணாமல் அமெரிக்கா கதிகலங்கியது. அந்த விமானத்தில் இருந்து வெளிப்பட்ட அதிக சக்தி வாய்ந்த மின்காந்தப் புயலால் அவர்கள் மறைந்திருக்க வேண்டும் என அறிவியல் அறிஞர்கள் கருத்துத் தெரிவித்துள்ளனர். இது போன்ற ஒரு அறிவியல் அதிசயத்தை இரண்டாவது உலகப்போரின் போது ஆல்பர்ட் ஐன்ஸ்டின் கண்டுபிடித்துத் தெரிவித்திருந்தார். ஆனால் அதை யாரும் அப்போது பெரிதாக எடுத்துக் கொள்ளவில்லை.

ஒரு இடத்தில் இருக்கும் பொருளோ, வாகனமோ, அல்லது மனிதர்களோ வேறொரு இடத்திற்கு, பரிமாணத்திற்கு திடீரென்று சென்று விடுவதால் அவர்கள் அந்த இடத்தில் இருந்து மாயமாக மறைந்து விடுவார்கள் என்பதை அவர் தனது சோதனை மூலம் நிரூபித்தார். 1943 ம் ஆண்டு பிலடெல்பியாவில் இந்தச் சோதனை நடந்தது. அவர் அவ்வாறு சில பொருட்களை ஒரு இடத்தில் இருந்து வேறொரு இடத்திற்கு மாற்றிக் காட்டினார், கடலில் நிறுத்தியிருந்த கப்பலை சில நிமிடங்களுக்கு மறைய வைத்தார். இது அத்தனையும் அறிவியல் மூலம் சாத்தியமானது என்பதை விளக்கினார். இவைகள் எல்லாம் சென்ற நூற்றாண்டில் நடந்தவை. ஆனால் இப்படிப்பட்ட அறிவியல் அதிசயங்களை ஐயாயிரம் ஆண்டுகள் பழமையான இந்திய அறிவியல் அறிஞர்கள் கண்டு பிடித்திருப்பதும், அவற்றைச் செயல்படுத்தி இருப்பதும், அதிசயம் அல்லவா? அதோடு அவர்கள் அன்று கண்டு பிடித்த இந்த அறிவியல் அதிசயங்கள் இன்றும் செயல்படுவது நம்மைப் பிரமிப்பின் உச்சத்தில் உறைய வைக்கிறது என்பது உண்மைதானே ?

பறக்கும் ஆகாயவிமானம் குறித்த எல்லோரா குகைச் சிற்பம் ஒன்று

மேலும் அந்த விண்வெளிக் கலன்களுக்கான உந்துவிசை பூமியின் ஈர்ப்பு விசைக்கு எதிராகச் செயல்படுவதால் கிடைக்கிறது. இதனை அந்தச் சுவடிகள் லகிமா என்று குறிப்பிடுகின்றன. இத்தகைய ஆற்றல் மனிதர்களுக்கும் யோக முறைகளின் அபாரமான சாதனைகளினால் உண்டாக்கப்படுகிறது. ஒரு பொருளைச் சுற்றி ஏற்படும் வலிமையான சுழல் விசையானது அந்தப் பொருளை அல்லது மனிதனை பூமிக்கு எதிர்திசையில் உயர்த்தும் ஆற்றல் பெற்றது. இந்த அறிவியல் உண்மையின் அடிப்படையில் இந்தியாவின் பழமையான ஆகாயத்தேர்கள் கட்டமைக்கப்பட்டிருந்தன.

ஆஸ்டிராஸ் என்ற பெயரில் குறிப்பிடப்படும் அவைகளின் மூலமாக மனிதனை அந்த வாகனங்களில் ஏற்றி எந்தக் கிரகத்திற்கும் அனுப்பி வைக்கலாம். இந்திய யோகமுறையில்

இதற்கு லகிமாசித்தி என்று பெயர் என மற்றொரு பேராசிரியர் தெரிவித்து இருக்கிறார். இந்த ஓலைச்சுவடிகள் சுமார் ஆயிரம் ஆண்டுகள் பழமை வாய்ந்தவை. பிறர் கண்களுக்குத் தெரியாமல் மறையும் கலையை இந்த நூல் அந்திமா என்றும், மலையைப் போல கனமாக மாறும் தன்மையை கரிமா என்றும் தெரிவிக்கிறது. இந்த கலைகளின் ரகசியத்தை அந்தக் கால இந்திய அறிவியல் அறிஞர்கள் அறிந்து வைத்திருப்பது நம்மை வியப்பில் ஆழ்த்துகிறது என்று அவர் தெரிவித்துள்ளார்.

இந்தியர்கள் அந்நாளில் விமானங்களைப் பற்றி அமைத்திருந்த ஆவணங்களில் எஞ்சியிருந்த குறிப்புகளை அறிஞர்கள் பிற்காலத்தில் ஆய்வு புரிந்ததில் இந்த இரு வகை விமானங்கள் வானில் பறப்பதற்கு, அவ்விமானங்கள் புவிஈர்ப்பு விசையை எதிர்த்துச் செல்லும் தன்மையைப் பெற்றுள்ள திறனே முக்கிய காரணமாகும் என்று கூறுகின்றனர். ஆனால் புவிஈர்ப்பை எதிர்த்து இயங்கும் விசைகளைப் பற்றிய அறிவியல் சிந்தனையை இருபதாம் நூற்றாண்டில் தான் நவீன உலக அறிவியலாளர்கள் உணர்ந்தனர் என்பது ஆச்சரியமான உண்மை.

அவரது நூலில் ஒரு விமானத்தை சூரிய ஒளியையும் காற்றையும் கொண்டு அப்படியே மறைந்து போக வைப்பது, மின்னாற்றல் பெற்ற விசையைக் கொண்டு மறைந்திருக்கும்

விமானத்தைக் காணும்படிச் செய்ய வைப்பது, ஒரு விமானத்தில் பேசும் ஒலியை மற்றொரு விமானத்தில் செல்லும் நபர்கள் கேட்குமாறு அமைப்பது, ஒரு விமானத்தினுள் என்ன நடக்கிறது எனக் காணும் திறனை விளக்குவது போன்ற நான்கு மிக முக்கிய வான் பயண ரகசியங்களை வழங்கினார்.

இன்றும் இந்த ரகசிய முறையில் தான் ஒரு விமானம் ஒரு இடத்திலிருந்து மற்றொரு இடத்திற்கு பூமியின் தரைப்பகுதியில் அமைந்த கட்டுப்பாட்டு அறையின் அறிவுரைப்படி பாதுகாப்பாகச் செல்ல முடியும். இந்த யுக்திகளை கிட்டத்தட்ட ஆறாயிரம் ஆண்டுகளுக்கு முன்பே தெளிவாக பரத்வாஜர் வழங்கியிருப்பதை அறியும் பொழுது அவரை “வான்பயண அறிவியலின் தந்தை” என்று அனைவரும் சந்தேகமில்லாமல் ஒப்புகொள்வோம். மேலும் பரத்வாஜரின் இந்த விளக்கங்கள் இன்றுள்ள வான்பயண அறிஞர்களைக் கூட பெரும் வியப்பில் ஆழ்த்தியுள்ளது.

ஆனால் நவீன உலகில் 17/12/1903 ல் தான் ரைட் சகோதரர்கள் முதல் விமானத்தை இயக்கியதாக வரலாறு தெரிவிக்கிறது. எனவே இந்தியர்கள் வான்பயண அறிவியலிலும் மற்ற குடியினருக்கு முன்னோடிகளாக விளங்கினர் என்பது தெளிவாகிறது. பண்டையக் கால இந்திய விமானம் குறித்த கூடுதல் தகவல்களை இணையத்தில் திரு மேகநாதன் கொடுத்துள்ளார். அவரது கருத்துக்களை நீங்கள் இப்போது படியுங்கள்..

✪✪✪

31

2012 ஆம் ஆண்டு சுமார் 8 ராணுவ வீரர்கள் மிகவும் ரகசியமான ஆய்வு ஒன்றில் ஈடுபட்டனர். ஆப்கானிஸ்தான் பாலைவனப் பகுதிகளின் குகைகளில் நடத்தப்பட்ட ஆய்வில் விமானங்களின் பாகங்கள் கண்டெடுக்கப்பட்டதாக பல்வேறு அறிக்கைகளில் குறிப்பிடப்பட்டுள்ளன.

ரகசியமாய்க் கசிந்த அறிக்கையின் தகவல்கள் உளவுப் பிரிவினரால் ரஷ்ய அதிபர் விளாதிமிர் புதினிடம் சமர்பிக்கத் தயாரிக்கப்பட்டதாகக் கூறப்படுகின்றது. இந்த அறிக்கையில் கண்டெடுக்கப்பட்ட மர்மமான விமானா குறித்த தகவல்கள் இருந்ததாகவும் நம்பப்படுகின்றது.

குகையில் கண்டெடுக்கப்பட்ட பாகங்கள் மிகவும் அதிநவீன தொழில்நுட்பம் பயன்படுத்தி தயாரிக்கப்பட்டதாகக் குறிப்பிடப்பட்டுள்ளது. பண்டைய கால வேதங்களில் விமானங்கள் சார்ந்த குறிப்புகள் இருப்பதோடு இவை பூமியை சுமார் 6000 ஆண்டுகளுக்கு முன்பே வசித்திருக்க வேண்டும். பல்வேறு பண்டைய

6000 ஆம் ஆண்டு பழைமை வாய்ந்த பறக்கும் தட்டு கண்டுபிடிப்பு.!!

கலாச்சாரங்களிலும் இது போன்ற பறக்கும் தட்டுகளைப் பயன்படுத்தி சொர்க்கத்தில் இருந்து பலர் பூமிக்கு வந்ததாக உலகம் முழுக்க நம்பப்பட்டு வருகின்றது.

ஆப்கானிஸ்தான் பகுதியில் கண்டெடுக்கப்பட்ட விமானா சுமார் 5000 முதல் 6000 ஆண்டுகள் பழைமை வாய்ந்ததாக இருக்கும் என நம்பப்படுகின்றது. இதில் அதிக சக்தி வாய்ந்த கவசம் இத்தனை ஆண்டுகளாய் இதனைப் பத்திரமாக வைக்க உதவி இருக்கின்றது.

இப்பகுதியைச் சமீபத்தில் பார்வையிட்ட ஆராய்ச்சியாளர்கள் விமானா டைம் வெல் மூலம் மூடப்பட்டிருந்ததாகத் தெரிவித்துள்ளனர்.

மகாபாரதக் குறிப்புகளில் விமான பறக்கும் தட்டுகள் சுமார் 548.64 செ.மீ சுற்றளவு மற்றும் நான்கு சக்கரங்களைக் கொண்டிருக்கும் எனக் குறிப்பிடப்பட்டுள்ளது. இவ்வகை விமானாக்கள் தாக்குதல் நுட்பம் கொண்டவை என மகாபாரதக் கதைகளில் குறிப்பிடப்பட்டுள்ளது.

குறிப்பிட்ட மதத்தைச் சேர்ந்த தலைவர் ஒருவர் தான் இதனைப் பயன்படுத்தி இருக்க வேண்டும் எனப் பல்வேறு குறிப்புகளும் உணர்த்துகின்றது.

எட்டு வீரர்களை வைத்துக் கூறப்படும் இந்தத் தகவல்களைத் தாண்டி பழைய காலத்து விமானா இல்லாமல் பல்வேறு உயரிய தொழில்நுட்பங்களும் இப்பகுதியில் கண்டெடுக்கப் படலாம் எனக் கூறப்படு கின்றது.

இன்றைய ஈரான், ஈராக் மற்றும் ஆப்கானிஸ்தான் பகுதிகளில் இது போன்ற பழைய கால தொழில்நுட்பங்கள் மறைந்திருக்க அதிக வாய்ப்புகள் இருக்கலாம் என நம்பப்படுகின்றது.

பூமியைத் தவிர வெகு தொலைவில் பல்வேறு கிரகங்களில் அதிநவீன நாகரீகத்தினர் வாழ்ந்திருக்கின்றனர் என்பதை மறுக்க முடியாது. இதற்குச் சான்றாக இந்து மதத்தில் குறிப்பிடப்பட்டுள்ள விமானாவைக் கூற முடியும்.

விமானா மட்டுமின்றி நம் உலகில் நமக்கே தெரியாமல் இது போன்று பல்வேறு பண்டைய கால தொழில்நுட்பங்கள்

VIMANA
RUKMA VIMANA

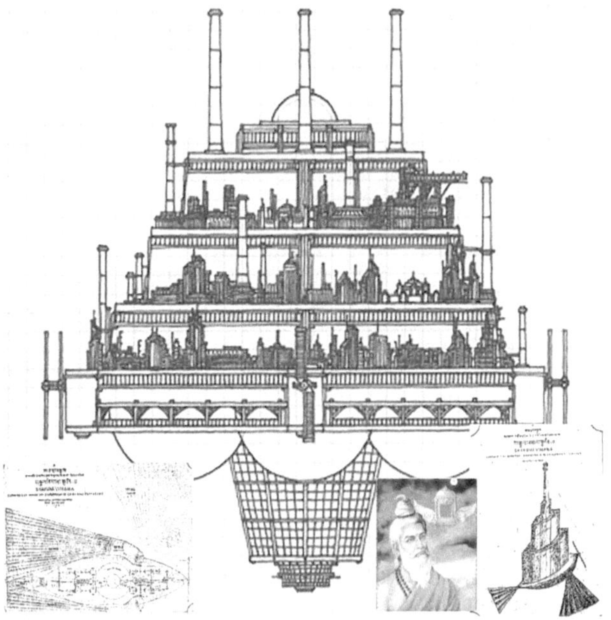

மறைந்திருக்கவும் வாய்ப்புகள் அதிகமே.

சமீபத்தில் சீன ஆய்வாளர்கள் உந்துவிசை முறையைப் பயன்படுத்தி விண்மீன்களுக்கிடையே பயணித்துச் செல்லும் விண்கலங்களின் வரைபடங்களைக் கண்டறிந்தனர் என்பதும் குறிப்பிடத்தக்கது.

கிபி நான்காம் நூற்றாண்டில் எழுதப்பட்ட இந்த எழுத்துப் பிரதி லஹாசா டபெட் என்ற இடத்தில் சீன ஆய்வாளர்கள் கண்டெடுத்தனர்.

திபெத் பகுதியில் கண்டெடுக்கப்பட்ட குறிப்புகள் பண்டைய கால விமானா மற்றும் அது பயன்படுத்திய உந்துவிசை முறைகள் குறித்த பல்வேறு தகவல்களைக் கொண்டிருந்தது.

இவைகளை வைத்து ஆராயும் போது மற்ற நாடுகளில் பறக்கும் இயந்திரங்களைப் பற்றி அறிவதற்கு பல நூற்றாண்டுகளுக்கு முன்னாலேயே இந்தியர்கள் வானில் தங்கள் விமானத்தைச் செலுத்தி இருக்கிறார்கள் என்பதை அறிய முடிகிறது. விமானத்தொழில் நுட்ப முன்னோடிகள் இந்தியர்களே என்பதைப் பல சான்றுகள் மூலமாக உறுதிப்படுத்தலாம் என்றும் அவர் தெரிவிக்கிறார். அவரது கருத்துக்களுக்கு நன்றி.

✪✪✪

32

மற்ற நாடுகளில் வானவியல் ஆராய்ச்சிகள் செய்திருக்கிறார்கள். அது குறித்த தகவல்களைப் புத்தகமாக எழுதி வைத்திருக்கிறார்கள். இந்துக்கள் வாய்வழியாகவே சகலவிதமான சாஸ்திரங்களையும், வேதங்களையும் குருகுல முகமாகக் கற்று வந்த காரணத்தினால் அவர்கள் எதையும் எழுதி வைக்கவில்லை. எழுதிவைத்த குறிப்புக்கள் கிடைக்கின்ற காலஅளவை வைத்து அதைக்கணக்கிட்டால்நாம்பின்தங்கிவிடுவோம். இப்போதும் அப்படித்தான் நடந்திருக்கிறது.

இதுவரை நாம் படித்த தகவல்களின் படி பல ஆயிரம் ஆண்டுகளுக்கு முன்னதாகவே இந்தியர்கள் விமான இயலில் வல்லவராக இருந்தனர், வான் வழிகளை அறிந்திருந்தனர், மிக வேகமாகச் செல்லக்கூடிய விமானங்களில் அவர்கள் பறந்தனர். அவைகள் நினைத்தமாத்திரத்தில் மனத்தின் கட்டளைப்படி பறக்கும் விதத்தில் கட்டமைக்கப்பட்டிருந்தன. சில விமானங்கள் அதைச் செலுத்துவதற்கு

உலகின் பழமையான விமான சர்வீஸ்

விமானி இல்லாமல் கூட பறந்து செல்லும் தொழில் நுட்ப வசதியைக் கொண்டிருந்தன ஆகிய அதியற்புதமான அறிவியல் தகவல்களை அறிந்து வியந்தோம்.

பொதுவாக ஆங்கிலேயர்கள் விமானம் குறித்து எழுதிய நூல்கள் அனைத்துமே மிகப் பிற்காலத்தில் எழுந்தவைதான். ஆனால் இன்றைக்கு 2500 ஆண்டுகளுக்கு முன்பே மனிதஇனம் இந்தப் போக்குவரத்தை அறிந்திருந்தது. தமிழில் மட்டுமல்ல வேறு மொழிகளிலும் இவை பற்றிய அறிவு காணப்பட்டது என்பதை நாம் வேறொரு கட்டுரையில் ஏற்கெனவே படித்திருக்கிறோம்.

232 களில் சீனத் தார்த்தாரி இனத்தவர்கள் ராக்கட்கள் பயன்படுத்தியதற்கான வரலாற்றுச் சான்று ஒன்றுள்ளது. அலெக்சாண்டரை விட அதிகப் பரப்பளவு கொண்ட பூமியை வென்று ஆட்சி செலுத்திய மங்கோலிய அரசனான ஜெங்கிஸ்கானின் மகனான ஒக்டாயின் தலைமையில் நடந்த போர் ஒன்று உண்டு. அப்போது மங்கோலியர்கள் சீனத் தார்த்தாரியர்களின் காய்பெங்பூ நகரைத் தாக்கினர் . அப்போது சீனர்கள் தமது நகரைக் காக்க ராக்கெட்டுக்களைப் பயன்படுத்தினர் என்ற குறிப்பு நமக்குக் கிடைக்கிறது. அதில் இருந்து சீனர்கள் வானியல் பற்றி அறிந்திருந்தனர் என்பதனை உணர்ந்து கொள்ளலாம். ஆனால் பிற்பட்ட காலத்திலேயே இதை இவர்கள் அறிந்திருந்தனர். எனவே விமானத் தொழில் நுட்பத்தின் முன்னோடிகள் நிச்சயமாக இந்துக்களே என்பதில் சந்தேகம் இல்லை.

மேலும் கி. பி. 1280ல் ஹசன் அல்ரமா என்பவரால் அரபு மொழியில் எழுதப்பட்ட கையெழுத்துப் பிரதி ஒன்றில் ராக்கட்களை அமைப்பது, விண்வெளியில் பயணத்தை மேற்கொள்வது, அவற்றை எப்படி அமைப்பது, வெடிமருந்து தயாரிப்பது எப்படி என்பது பற்றிய குறிப்புக்கள் காணப்படுகின்றது. ஆங்கிலேயருக்கு எதிராக 1780இல் இளவரசன் ஹைதர் அலிகான் ராக்கட் தாக்குதல் செய்து ஆங்கிலேயரை வியப்பில் ஆழ்த்தினான் என்று ஒரு சரித்திரக் குறிப்பும் உண்டு.

இவையும் பிற்பட்ட காலத்தில் எழுந்தவைகளே எனலாம். அத்துடன் கிறிஸ்துவின் காலத்திலும் வானதேவதைகள் பற்றிக் குறிப்பிட்டாலும் அதற்கு முன்னரே இந்து இலக்கியங்களில் விமானம் பற்றிய சிந்தனை காணப்படுகிறது. சீன மற்றும் இலத்தீன் மொழிகளில் விமானம் பற்றிய செய்திகள் அந்நூல்களில் காணப்பட்டாலும் அவை எல்லாம் பிற்காலத்தில் எழுந்தவைகளே எனலாம். ஆகவே இந்து தர்மத்தைக் கூறுகின்ற புராணங்கள், இதிகாசங்கள், காப்பியங்கள் ஆகியவற்றில் கிறிஸ்துவுக்கு முற்பட்ட காலத்திலிருந்தே விமானம் பற்றிய சிந்தனை இருந்திருக்கின்றது. ஆகவே உலகின் பழமையான விமான சர்வீஸ் நம்முடையது தான்.

✪✪✪

33

ஹிட்லர் இந்திய வேதங்களில் ஒன்றான யஜுர் வேதத்தில் உள்ள மந்திரங்களை மொழிபெயர்ப்பு செய்யவும், அவைகளைக் குறித்து ஆராய்ச்சிகள் மேற்கொள்ளவும் ஆர்வம் காட்டினார். ஜெர்மனியின் போர்ப்படையில் குறிப்பாக வான்படையில் ஏவுகணைகளைப் புதிய முறையில் உருவாக்கவும், செயல்படுத்தவும் அதன் மூலமாக நாட்டின் பாதுகாப்பைப் பலப்படுத்தவும் முடியும் என அவர் உறுதியாக நம்பினார்.

இந்தியாவின் பண்டைய இலக்கியங்களில் ஹிட்லர் ஆர்வம் காட்டியதற்குக் காரணம் இல்லாமல் இல்லை. அவர் இந்துப் புராணங்கள் மற்றும் இதிகாசங்களில் மிகப்பெரிய அழிவை ஏற்படுத்தும் ஆயுதங்கள் பயன்பட்டதை அறிஞர்கள் மூலம் கேள்விப்பட்டிருக்கிறார்.

அது அவரது ஆர்வத்தை அதிகப்படுத்தியது. அந்த இதிகாசங்களில் சொல்லப்பட்டிருக்கும் தகவல்கள் உண்மையாக இருக்கும் பட்சத்தில் இரண்டாம் உலகப்போருக்கு முன்னால் அவைகளைக் குறித்து அறிந்துகொள்ளவும்,

இந்திய வேதங்களைப் போற்றிய ஹிட்லர்

போரில் பயன்படுத்தவும் அவர் பெரிதும் விரும்பினார். இந்தியாவில் இந்தப் பண்டைய தொழில்நுட்பத்தைஅறிந்த மேதைகளுக்கு அழைப்பு விடுத்தார்.

அந்த வகையில் 1938ம் ஆண்டு பிரம்மஸ்ரீ தன்டிபத்லா விஸ்வநாத சாஸ்திரி ராஜமகேந்திரவரத்தில் வாழ்ந்தவருக்கு ஹிட்லர் அழைப்பு விடுத்தார்.

தண்டிபத்லா விஸ்வநாத சாஸ்திரியுடன் ஹிட்லர் சந்திப்பு

விஸ்வநாத சாஸ்திரி சாதாரண ஆளல்ல, பிறவி மேதை. கருவிலேயே திருஞானம் வாய்க்கப்பெற்ற வரப்பிரசாதி. சிறுவயதிலேயே அவர் தர்க்கம், வியாகர்ணம், மீமாம்சை, ஆகியவற்றை ஐயம்திரிபறக் கற்றவர்.

அதோடு யஜுர் வேதம் முழுவதிலும் அவர் நிகரற்ற புலமை பெற்றவர். அதர்வண வேதத்தின் மந்திரப் பிரயோகம் அவருக்குக் கைவந்த கலையாக இருந்தது. இத்தகைய அசகாய விற்பன்னரை, பண்டிதரை ஹிட்லர் விரும்பி அழைத்தார். மியுனிச்சில் இருந்த பல்கலைக்கழகம் அவரை அழைத்து வடமொழி இலக்கியத் துறையில் மிகப்பெரிய பதவி அளித்தது. வேதகாலத்தில் ஆதிக்கம் செலுத்திய ஆயுத மந்திரங்களின் ரகசியத்தை, சரியான உட்பொருளை

அறிந்துகொள்ள ஹிட்லர் அவருடைய உதவியை நாடினார்.

விசுவநாதசர்மா அதற்கு இணங்கினார், தான் கற்ற வேத மந்திரங்களை நாசி அறிவியல் குழுவினருக்கு விளக்கினார்.

ஹிட்லரின் அந்த நம்பிக்கை வீண்போகவில்லை. வேதங்களில் இருந்து பெற்ற அசாத்தியமான அறிவின் திறத்தினால் அவர்கள் அவற்றின் அடிப்படையில் வி 8 ரக ராக்கெட்டுக்களில் பொருத்தும் ஜெட் என்ஜின்களை உருவாக்கினர்.

ஜெர்மானிய அறிவியல் மற்றும் தொழில்நுட்பக் கழகத்தினர் உருவாக்கிய அந்த ஏவுகணையை அவர்கள் Buzz Bombs. என்ற பெயரில் அழைத்தனர்.

இந்த வகையில் ஹிட்லர் தனது ஆட்சிக்காலத்தில் இந்திய மற்றும் திபெத்திய பழங்கால ஓலைச்சுவடிகளில் இருந்த அபாரமான விமானஅறிவியல் குறித்து அதி தீவிர ஆர்வம் காட்டி இருக்கிறார்.

இன்றும் கூட விசுவநாத சர்மாவின் ஆளுயர ஓவியப்படம் ஜெர்மனியின் பிராங்க்பர்ட் பல்கலைக்கழகத்தில் இடம் பெற்றிருப்பதைப் பார்க்கலாம். இது அந்த வேதம் கற்ற இந்தியப் பண்டிதருக்கு ஹிட்லர் அளித்த கவுரவம்.

Source: <https://www.speakingtree.in/allslides/hitler-used-ancient-vedic-knowledge-to-design-war-missile-with-the-help-of-this-indian-scholar>

✪✪✪

34

1960களில் கனடாவின் தேசியப் பாதுகாப்பு அமைச்சராக இருந்தவர் இவர். கனடாவின் விமானப்படை மற்றும் கடற்படை ஆகிய இரண்டையும் ஒருங்கிணைத்து, அதனை பலங்கொண்டதாக மாற்றிய பெருமை இவரையே சாரும். இவர் ஒரு என்ஜீனியராக மட்டும் இல்லாது ஒரு எழுத்தாளரும் கூட. எதற்காக இவரைப் பற்றி இத்தனை சொல்கிறேன் என்றால் இவருடைய செல்வாக்கு எந்த அளவிற்கு இருந்திருக்கும் என்பதை நீங்கள் அறிந்து கொள்வதற்கே. அப்போது தான் இவர் சொல்லும் விஷயத்தில் எவ்வளவு நம்பகத்தன்மை இருக்கிறது என்பதையும் நாம் அறிந்து கொள்ள முடியும்.

பறக்கும் தட்டுக்கள் மற்றும் வேற்றுக் கிரகவாசிகள் பற்றிய பல தகவல்களை வெளிப்படையாக உலகுக்குச் சொன்ன பல பிரபலமானவர்களுள், இவரது

போல் ஹெல்யர்

(Paul Hellyer):

கருத்துக்களுக்கென்று தனி மரியாதை சர்வதேச மட்டத்தில் உண்டு. அண்மையில் RT செய்தித் தொலைக்காட்சிக்கு வழங்கிய பேட்டியொன்றின் போது, "இதுவரை நான்கு பிரதான வேற்றுக்கிரகவாசி இனங்கள் ஆதாரங்களோடு கண்டறியப்பட்டுள்ளன" என்று இவர் பகிரங்கமாகவே குறிப்பிட்டார்.

அதற்குக் காரணம் இல்லாமல் இல்லை, இவர் செயிண்ட் போல் நகரத்தில் பறக்கும் தட்டுக்கள் தரையிறங்குவதற்காக புதிதாக அமைக்கப்பட்ட விமானத்தளம் ஒன்றை 1967 ம் ஆண்டு திறந்து வைத்திருக்கிறார். இதுவே ஆச்சரியம் என்றால் இதை விட ஆச்சரியமான சம்பவம் அங்கே காத்திருந்தது. அங்கே இறங்கு தளத்திற்குப் பக்கத்தில் வைக்கப்பட்டிருந்த அறிவிப்புப் பலகையில் யாரும் எதிர்பாராத அறிவிப்பு அவர்களுக்காகக் காத்திருந்தது. அந்த அறிவிப்பில்,

"பறக்கும் தட்டுக்கள் தரையிறங்குவதற்கென்று வடிவமைக்கப்பட்ட உலகின் முதலாவது விமானத்தளமாக செயிண்ட் போல் விமானத்தளமே விளங்குகிறது. மனித இனம் பூமியின் எல்லையைத் தாண்டி விண்வெளியில் சமாதானத்தை வேண்டி நேசக்கரம் நீட்டுவதைப் பிரதிபலிக்கும் ஒரு அடையாளச் சின்னமே இது. மேலும், வெவ்வேறு கிரகங்களுக்கு இடையில் பிரயாணம் செய்வோரது (Intergalactic beings) எதிர்காலப் பிரயாணங்கள் பாதுகாப்பானவையாக இருப்பதற்கான உத்தரவாதச் சின்னமாகவும் இது திகழ்கிறது. பூமியிலிருந்தும், மற்றும் வெளியுலகிலிருந்தும் வருகை தரக் கூடிய அனைவரையும் இந்த விமானத்தளமும், இந்த நகரமும் அன்போடு வரவேற்கிறது".

வேற்றுக்கிரகவாசிகள் பற்றி போல் ஹெல்யர் மேலும் சில சந்தர்ப்பங்களில் சில கருத்துக்களைத் தெரிவித்து இருக்கிறார்.

"1961ம் ஆண்டு அமெரிக்கா மற்றும் ரஷ்யாவுக்கு இடையிலான பனிப்போர் நடந்து கொண்டிருந்த காலப்பகுதியில், ஒருதடவை ஐம்பது பறக்கும் தட்டுக்கள் சீரான வியூகத்தில் தென் ரஷ்யாவின் திசையிலிருந்து ஐரோப்பிய வான்பரப்பின் ஊடாகப் பறந்து சென்றன. இது குறித்து

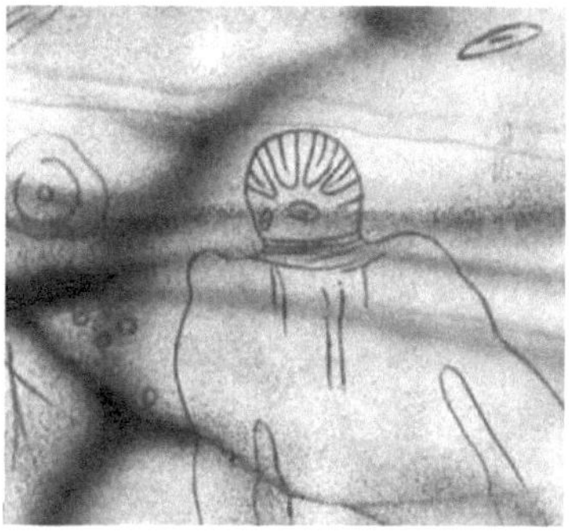

தீவிரமான விசாரணைகள் மேற்கொள்ளப்பட்டதில்,

குறைந்த பட்சம் நான்கு பிரத்தியேகமான வேற்றுக்கிரகவாசி இனத்தவர்கள் பலநூறு ஆண்டுகளாக நமது உலகுக்கு வருகை தந்து கொண்டிருக்கிறார்கள் என்ற முடிவுக்கு அனைவரும் வந்தனர்.என்றுபோல்ஹெல்யர் குறி ப்பிட்டுள்ளார்.

இன்றைக்கு 6000 வருடங்கள் பழமையான குகை ஓவியம் இது. மேலே பறக்கும் தட்டு போன்ற உருவம். மனிதர்களின் உடைகளும் விண்வெளி உடைகளையும் கவனியுங்கள்.

இதில் இருந்து வேற்றுக் கிரகத்தில் இருந்து புதியவர்கள் அப்போது நமது பூமிக்கு வருகிறார்கள், தங்குகிறார்கள் என்பதை உறுதியாக நம்ப முடிகிறது அல்லவா ? இதையே நமது முன்னோர்கள் புராணங்களில் எழுதி வைத்தபோது

ஏனோ நமது மனம் நம்ப மறுக்கிறது. இதுதான் விசித்திரம். அவர்கள் தாங்கள் பார்த்து பழகிய விமானங் களைக் குறித்தே இதிகாசங்களிலும், புராணங்களிலும் நேரடியாகவும், மறைமுகமாகவும் எழுதி வைத்திருக்கிறார்கள். அவற்றின் அடிப்படையிலேயே தாங்களும் விமானங்களை உருவாக்கி பயன்படுத்தி இருக்கிறார்கள். அந்தக் குறிப்புக்களின் வழியே சென்று சென்ற நூற்றாண்டிலும் அதற்கு முன்னாலும் விமானங்களைச் செய்து பார்த்து வெற்றி பெற்றிருக்கிறார்கள்.

✪✪✪

35

வேத நூல்களிலும் சிற்ப கட்டட சாஸ்திர நூல்களிலும் விமானத்தைப் பற்றிய இவ்வகைக் குறிப்புக்களோடு, மனிதர்கள் வாழும் அரண்மனைகளைக் குறித்த ஏராளமான நுணுக்கங்களும் சொல்லப்பட்டுள்ளன. புராணங்களில் அதிக அளவில் இந்திரனின் புஷ்பக விமானம் குறித்த தகவல்களே நாம் அதிகம் படிப்பவை.

கௌடில்யர் நிர்வாகக் கொள்கைகளைப் பற்றிக் கூறும் தமது அர்த்த சாஸ்திரத்தில், விமான ஓட்டிகளுக்கு உரிய மரியாதையையும் அங்கீகாரத்தையும் அரசு அளிக்கவேண்டியதன் முக்கியத்துவத்தையும் குறிப்பிடுகிறார். விமான ஓட்டிகளைஸௌபிகாஸ்என்றும்வான்வெளிப் போரில் ஈடுபடுபவர்களை ஆகாசயோத்தா என்றும் கௌடில்யர் அழைக்கிறார்.

நமது நவீன ரக விமானங்கள் சூடான வாயுக்களை எரிப்பதன் மூலம் செலுத்தப்படுகின்றன. உண்மையில் நாஸாவைச் சேர்ந்த விஞ்ஞானிகள், விமான சாஸ்திரத்தில்

போஜப்பிரபந்தமும் பறக்கும் குதிரையும்

குறிப்பிட்டுள்ள பாதரசத்தைப் பயன்படுத்தும் தொழில் நுட்ப உத்திகளைப் பற்றி ஆராய்ந்துள்ளனர். இதன் விளைவாகப் பாதரச வோர்டெக்ஸ் இயந்திரங்களை வடிவமைப்பதில் வெற்றி பெற்றுள்ளனர்.

கி பி 12 ம் நூற்றாண்டில் போஜன் எழுதிய யுக்திகல்பதரு என்ற நூலில் புராண காலத்திலும், அவன் காலத்திற்கு முன்னும் வாழ்ந்த மன்னர்கள் உபயோகித்த வாகனங்களைக் குறித்த செய்தி வருகிறது.

அவற்றில் ஆகாய மார்க்கமாகச் சஞ்சரிக்கும் வாகனங்களை அவன் விமானம் அல்லது வைமானிகம் என்ற பெயரால் குறிப்பிட்டுள்ளான்.

பழங்கால இந்தியாவில் வான்பயணம் எப்படி இருந்தது ? அதற்கு எத்தகைய வாகனங்கள் உபயோகப்பட்டன? என்பன போன்ற அரிய தகவல்களை இந்த நூலின் மூலமாக நாம் அறிகிறோம். மேலும் பல நூற்றாண்டுகளுக்கு முன்னால் வழக்கத்தில் இருந்த ஆகாயப் பயணத்தை போஜன் தனது குறிப்புக்களில் பதிவு செய்துவிட்டுப் போயிருக்கிறான்.

அவன் சொல்லும் குறிப்புக்களில் இருந்து ஆகாயப்பயணம் அச்சம் நிறைந்ததாகவோ, கடுமையானதாகவோ, குறைசொல்லத்தக்கதாகவோ இல்லை என்பது ஆச்சரியம் கலந்த உண்மை. நாகரீகத்தின் உச்சத்தில் இருக்கின்ற தற்காலத்தில் கூட நமக்கு வான் பயணங்கள் வசதியாகவும், குறையில்லாமலும் இருக்கிறதா? என்றால் பலநேரங்களில் அவ்வாறு இருப்பதில்லை என்பதே உண்மை.

வான் பயணத்தின் போது பயணிகளுக்கு தற்காலத்தில் கூட தேவையான போது உணவோ அல்லது பானங்களோ எல்லா விமான சர்வீஸ்களிலும் வழங்கப்படுவதில்லை. ஆனால் நமது முன்னோர் செய்த ஆகாயப் பயணத்தில் உண்பதற்கும், பருகுவதற்கும் தேவையான உணவுப்பொருட்கள், பானங்கள் ஆகியவை தாராளமாக இருந்தன.

அமரகோசம் என்ற அகராதி விமானம் என்ற சொல்லுக்கு ஆகாயத்தில் பறக்கும் யந்திரம் என்ற பொருளைத் தாண்டி, விசாலமான , இடமகன்ற, பறக்கும் தன்மையுள்ள அரண்மனை

என்ற பொருளைச் சொல்கிறது. இத்தகைய விமானங்கள் தேவர்களுக்கும், கடவுளர்களுக்கும், சில அரசர்களுக்கும் சொந்தமாக இருந்தது என்றும் அது குறிப்பிடுகிறது.

16 ம்நூற்றாண்டைச் சேர்ந்த போஜபிரபந்தம் ஒரு புதிய செய்தியைத் தருகிறது. செயற்கை முறையில் ஒரு யந்திரக் குதிரை இருந்ததாகவும் அது 55 மைல் தொலைவை ஏறத்தாழ அ ரைமணி கால அவகாசத்தில் கடந்ததாகவும் தெரிவிக்கிறது. அது காற்றின் வேகத்தினால் பறக்கும் பலூனைப் போல விரைந்ததாக அது குறிப்பி ட்டுள்ளது.

சமரங்கனா சூத்திரத்தில் இரண்டு வகையான விமானங்கள் குறிக்கப்படுகின்றன. மகாவிஹங்கா என்பது ஒருவகை. இது பிரம்மாண்டமான பறவையைப் போன்ற பறக்கும் யந்திரம். மற்றொன்று தாருவிஹங்கா. இது மரத்தினால் செய்யப்பட்ட விமானம். மாயா நாகரிகத்தைப் போலவே மரத்தினால் செய்யப்பட்ட விமானங்கள் நீண்ட நெடுங்காலத்திற்கு முன்னரே இந்தியாவில் பழக்கத்தில் வந்திருப்பதை நாம் இதன் மூலமாக அறிய முடிகிறது. ஆனால் அதற்கு முன்னாலேயே விஸ்வகர்மா உலோகத்தினால் விமானங்கள் செய்து பறக்கவிட்டதையும், அது மனிதர்களை ஏற்றிக் கொண்டு கடல் கடந்து வானத்தில் பறந்து குறிப்பிட்ட இடத்தில் பத்திரமாகத் தரையிறங்கியதையும் நினைத்துப் பார்த்தால் ஆச்சரியப்படாமல் இருக்க முடியாது.

✪✪✪

0ur sincere thanks to

1. <http://www.unexplainable.net/ancients/5-000-year-old-vimana-flying-machine-discovered.php>

2. <http://www.zengardner.com/forbidden-knowledge-5000-year-old-vimana-discovered/>

3. <http://www.bibliotecapleyades.net/vimanas/esp_vimanas_4.htm>

4. <http://coolinterestingstuff.com/8-us-soldiers-disappear-removing-5000-yr-old-flying-machine-from-afghan-cave-video>

www.ingramcontent.com/pod-product-compliance
Lightning Source LLC
LaVergne TN
LVHW040438051026
849517LV00002B/663
* 9 7 8 9 3 8 7 6 5 5 4 7 8 *